વાયરસનાં વમળ

સ્મિતા શાહ

સામગ્રી

પ્રસ્તાવના

2021 માં lockdownમાં પ્રેરણા સ્રોત સમા આદરણીય ધીરુબેન પટેલે તેમની સંસ્થામાં નવલકથા સ્પર્ધા રાખી હતી. તેઓ મારા પ્રત્યે અપાર મમતા ધરાવતા હતા. તેમણે મને કહ્યું કે તમે નવલકથા લખો પણ મેં જવાબ આપ્યો કે મેં તો હજી વાર્તા પણ નથી લખી તો નવલકથાની વિચાર શક્તિ ક્યાંથી લાવું? જો કે મને નિબંધ કે લેખ લખવાની ફાવટ છે. મને એમણે કહ્યું કે તમારાથી લખાશે. રોજ મને સવાર ફોન કરે કે લખવાનું શરૂ કર્યું? મને ના પાડતા શરમ આવે. હું મૂળે જ આજ્ઞાંકિત તો ખરી. છેવટે મેં બેનને કહ્યું કે હું આજથી જ શરૂ કરું છું અને બેન ખુશ થઈ ગયેલા. મેં વિચારવા માંડ્યું. એ સમયે લોકડાઉન ચાલતું હતું અને ગુજરાત સમાચારમાં આ સમયમાં વાંચવું ગમે એવું મહામારીનું વાસ્તવિક શબ્દ ચિત્ર નોબેલ પારિતોષિક વિજેતા ફ્રેન્ચ લેખક આલ્બેર કામુની નવલકથા "પ્લેગ"નો સારાંશ 10 ભાગમાં શ્રી પરેશ વ્યાસ દ્વારા ગુજરાતીમાં પ્રગટ થયો હતો. આમ પણ મને સાહિત્ય વાંચન અને અભ્યાસનો શોખ ખરો એટલે કટીંગ રાખતી વળી મારે ટેલિફોન પર વાત કરવા વાળા મિત્રો અને સ્વજનોનું પ્રમાણ પણ મોટું એટલે જ્યારે જુદી જુદી વ્યક્તિઓ સાથે વાત થાય ત્યારે એમની સોસાયટી અથવા સર્કલમાં ઘટેલી ઘટનાઓ વિશે જે વાત થાય એ પણ મને નોંધી લેવાની મજા આવતી અને આ મનોસ્થિતિ અને આ લખાણના આધારે સરળ અને મૃદુ ભાષામાં સર્જન થયું "વાયરસનાં વમળ".

મેઘા અને સુજાતાબેન એમ બે મુખ્ય પાત્રોની આસપાસ અનેક ઘટનાઓ ગુંથાયેલી છે. રસ પડે એવી આ નવલકથા આપને અંત સુધી જરૂરથી વાંચવી ગમશે. દરેક પાત્રમાં એક વિશિષ્ટ ગુણ છે જે કથાને રસપ્રદ બનાવે છે. આશા રાખું છું કે આપને ગમશે.

2021માં લખાયેલી આ નવલકથાને ચાર વર્ષ વીતી ચૂક્યા છે. આજે તો કોરોનાનું ગ્રહણ આ દુનિયામાંથી ગાયબ થઈ ગયુ છે. સમયાનુસાર ભૂલાઈ પણ ગયું છે. ત્યારે આપણી લડાઈ કોઈ દેશ સામે કે કોઈ કોમ

સામે કે કોઈ જાતિવાદ સામે નહોતી પણ એક ટચૂકડાં વાયરસ સામે હતી છતાં એક વાત કહેવી ઘટે કે એ બહુ કપરો સમય હતો. લોકડાઉન ખરું પણ ખમીર ડાઉન નહીં જેવા પ્રસંગોની આ કથામાં ખમીર ડાઉન જેવા કરુણ પ્રસંગો નથી લીધાં પણ એની અનુકંપા ઘણી નજીકથી જોઈ, અનુભવી છે. ગરીબ વર્ગ, જે નોકરી કરીને ગુજરાન ચલાવતો હતો એવા વર્ગને શેઠિયાઓ અડધો પગાર આપીને એમની લાચારીનો લાભ લેતાં થઈ ગયા હતાં. અડધાં પગારથી ગરીબ વર્ગ બીચારો સાવ અધમૂઓ થઈ ગયો હતો. અર્થતંત્રનું ચક્ર પણ ખોરવાઈ ગયું હતું. ઘણાં સ્વાર્થી લોકોએ સમયનો લાભ લઈને પોતાના ઉત્પાદનનાં ભાવ બમણાં કરી દીધાં હતાં.

ધીમે ધીમે સંજોગો બદલાતા ગયા અને આજે આપણે ઘણાં આગળ વધી ગયા છીએ. સમાજમાં પ્રગતિ થઈ રહી છે અને બધાં જ લોકો આ પ્રગતિને માણી શકે એવી પ્રાર્થના.

સ્મિતા શાહ
17, નિશાંત બંગલોઝ
વિ.1 બિલેશ્વર મહાદેવની સામે
શ્યામલ ચાર રસ્તા પાસે
સેટેલાઈટ રોડ,
અમદાવાદ - 380015
મો. 9898380053

સ્વીકૃતિઓ

પુસ્તક પ્રકાશિત કરવા બાબતે એકાદ વર્ષ પહેલાં સ્મિતાબેન શાહ સાથે વાત થઈ હતી. જો કે પુસ્તક પ્રકાશિત કરવા બાબતે દરરોજ મને અલગ અલગ લોકોના દસ-બાર કોલ આવતા હોય છે. એક બીજી વાત આમાંથી અમુક લોકો સાથે જ પુસ્તક પ્રકાશિત થઈ ગયા પછી પણ યથાવત્ સંબંધ ટકી રહેતો હોય છે. આવું જ એક નામ એટલે સ્મિતાબેન શાહ.

હસમુખા, મળતાવળા, નિખાલસ, સંવેદનશીલ અને તજજ્ઞ વ્યક્તિત્વના માલિક એટલે બહેન શ્રી સ્મિતા શાહ. નાનામાં નાની વાતોનું ધ્યાન રાખે, સમયનાં બહુ પાકાં. બોલીને બદલાય જવું આ ગુણ એમની અંદર લેશમાત્ર નહીં. ગુજરાતી કે ભારતીય સાહિત્ય જ નહીં પણ વિશ્વ સાહિત્ય પણ ભરપૂર વાંચે. ગુજરાતી સાહિત્યના મોટાભાગના સારાં સારાં પુસ્તકો એમને વાંચી કાઢ્યાં છે..

આપણે "વાયરસનાં વમળ" પુસ્તક વિશે વાત કરીએ. આ પુસ્તક એક પ્રણય નવલકથા છે. જેનાં બેકગ્રાઉન્ડમાં કોરોના વાયરસ ધુમ્યાં કરે છે. આ પુસ્તક વાંચતી વખતે તમારા મગજમાં કોરોનાકાળની દાસ્તાન તરોતાજા થઈ જશે. જો કે અહીં કોરોનાની ભયંકર ઘટનાઓ નથી આલેખવામાં આવી; માત્ર આછેરી ઝલક જ અહીં ઝીલવામાં આવી છે. આ નવલકથામાં અનેક પાત્રો છે પણ દરેક પાત્રને પોતાની એક અલાયદી આભા છે. નવલકથામાં દસ થી બાર પાત્રો છે પણ એકેય પાત્રની અવગણનાં કરી શકાય એ શક્ય નથી કારણ કે, કથાની ગૂંથણી જ એવી રીતે કરવામાં આવી છે કે એકેય પાત્રની કમી કરીએ તો કથામાં મજા જ ન આવે. છતાં મેધા, સુજાતાબેન વગેરે પાત્રોએ પોતાની વિશેષ છાપ છોડી છે. વાંચવા અને વિચારવા મજબૂર કરી દે એવી આ નવલકથા છે.

સંજય શિયાદ "ફના"

1

પ્રકરણ

મેઘા હૉસ્પિટલમાંથી ઘેર આવીને સોફા પર ફસડાઈ પડી. મમ્મી દોડતી આવી અને એને પોતાની પાસે ખેંચી લીધી. અત્યાર સુધી મનમાં રાખેલો ઘૂંઘવાટ જાણે આંસુની ધારામાં વહી આવ્યો. કેટલાં દિવસે ઘેર આવી હતી. જાણે ઘર પોતામાંથી છૂટું પડી ગયું હતું. ચિર-પરિચિત વાતાવરણમાંથી કોઈ છૂટું પડી જાય અને અચાનક પાછું આવી જાય એવી લાગણી થતી હતી. હૉસ્પિટલના પંદર દિવસનો સમયખંડ જાણે જૂદા જ વિશ્વની સફર કરાવીને, એને પાછી એ જ જગ્યાએ પટકીને અલોપ થઈ ગયો હતો. સોફા પર બેઠાં બેઠાં જ બે હાથ લાંબાં કરીને ધૂસકે ને ધૂસકે રડવા માંડી. મમ્મીની આંખોમાંથી પણ આંસુ સરી પડ્યાં. એની પીઠ પંપાળતા બોલ્યા, "એમ ઢીલા ના થવાય બેટા. જો તું સાજી થઈને પાછી ઘેર આવી ગઈને, હવે થોડા દિવસ આરામ કરીશને એટલે પાછી પહેલાં જેવી હસતી રમતી થઈ જઈશ."

"હું ફરીથી ક્યારે એવી હસતી રમતી થઈ શકીશ?" મેઘા વિચારી રહી. મમ્મીએ રીનાભાભીને બૂમ મારી, "રીના આ મેઘાને રૂમમાં લઈ જા, ને એ ફ્રેશ થાય ત્યાં સુધી હું જમવાની તૈયારી કરું છું."

વડોદરા એક્સપ્રેસ હાઈ-વે પર મારુતિ ડિઝાયર ગાડી પૂરપાટ દોડી રહી હતી. વહેલી સવાર હતી. જૂન મહિનો ચાલી રહ્યો હતો. દેવભાઈ ગાડી ચલાવી રહ્યા હતા અને મેઘા બાજુની સીટમાં બેઠી બેઠી

આગળના કાચમાંથી જોઈ રહી હતી કે, રસ્તો અને આકાશ જાણે વાત કરતાં કરતાં ભેગા થઈ ગયા હતાં અને જેમ ગાડી આગળ વધે એમ પાછાં ઉપર-નીચે થઈ જતાં હતાં. સૂર્યોદયની વધામણી આપતું આકાશ રતુંબડા રંગોની ચાદરથી પથરાઈ ગયું હતું. વાદળો જાણે એ ચાદરને ખસેડવા દોડાદોડી કરી રહ્યાં હોય એમ શોભામાં અભિવૃદ્ધિ કરી રહ્યાં હતાં. દૂર નાના-નાના દેખાતા પક્ષીઓની હાર જાણે વાદળો સાથે વાતો કરતી સવારની તાજગીમાં આકાશગમન કરી રહી હતી. વરસાદ આવતા અઠવાડિયું થશે એમ વિચારતા મેઘાની નજર આકાશ ઉપરથી નીચે ઊતરીને રસ્તા તરફ મંડાઈ. રસ્તાની બંને બાજુ આવેલી વૃક્ષોની હારમાળા સવારના ઠંડા પવનમાં લહેરાતી હોય એવું લાગી રહ્યું હતું. હમણાં તડકો આવશે અને એમની પ્રવૃત્તિ શરૂ થશે, આખા વાતાવરણને ઓક્સિજનથી ભરી દેશે. લોકોને તાજગીભરી ફૂંકો મારી જીવનને નવાં દિવસની શુભેચ્છાઓ પ્રગટ કરશે. જોતજોતામાં આ ધરા ધમધમતી થઈ જશે. મેઘાને ખૂબ ગમે છે સવારે ગાર્ડનમાં ચાલવા જવાનું! સવારનો કુમળો તડકો પવનના સુસવાટાથી ડોલતી ડાળીઓમાં થતો સ... સ... અવાજનો લય માણવાનું! મેઘા ચાલતી વખતે મૌન રહીને પ્રકૃતિને માણવાનું પસંદ કરતી. હમણાં એ ક્રમ તૂટ્યો હતો. કોરોનાના લીધે પબ્લિક ગાર્ડનો બંધ હતા. પણ જ્યારે એ જતી હતી ત્યારે આખા દિવસની ઊર્જા અને તાજગી સવારે જ એકઠી કરી લેતી. એને ના લાગતો થાક કે ના આવતો કંટાળો. એનું નિર્દોષ અને રમતિયાળ મન હંમેશાં ખુશ રહેતું પણ આજે એ ખુશ નહોતી. મન પર ધુમ્મસ છવાઈ ગયું હતું. એના મનનો કબજો નિખિલે લઈ લીધો હતો. નિખિલને એ કેટલું બધું ચાહતી હતી. એમાં અચાનક કોઈએ શૂળ ભોંકી દીધી હતી અને એ શૂન્યવત્ થઈ ગઈ હતી. શું કરવું એની દ્વિધામાં પડી ગઈ હતી. એવામાં નાનાને કોરોના થયો છે એવી ખબર આવી અને એણે ઝડપથી વડોદરા જવાનો નિર્ણય લઈ લીધો હતો. નાના-નાની વડોદરામાં રહેતાં હતાં.

મેઘાના નાના-નાની મોહનભાઈ અને શારદાબહેનને સંતાનમાં એક માત્ર મેઘાનાં મમ્મી નયનાબહેન હતાં. પૈસે-ટકે સુખી હતાં. અલકાપૂરી, શારદા સોસાયટીમાં પોતાનો બંગલો હતો. બંનેનું સ્વાસ્થ્ય

પણ સારું. વળી વરસો જૂનાં બે માણસો (દંપતિ) હતાં. ડાહ્યો અને જીવી. જે ઘરની દેખરેખ માટે હતાં પણ હવે એ લોકો પણ વૃદ્ધ થયા હતા છતાં ઘરના તમામ કામ સંભાળતાં. મેઘાનાં મમ્મી નયનાબહેન ઘણું કહેતાં, "હવે આ ઘર કાઢીને અમદાવાદમાં અમારી નજીક ઘર લઈ લો." પણ શારદાબહેન અને મોહનભાઈના ગળે આ વાત ઊતરતી નહીં. એક તો આખું જીવન પસાર થયું હોય એ ભૂમિ સાથે આત્માનું જોડાણ હતું. વળી તબિયત પણ સારી રહેતી અને ડાહ્યો અને જીવી પોતાના સ્વજન જેવાં જ લાગતાં. મોહનભાઈ વરસોથી રીટાયર થઈ ગયેલા પણ સમાજસેવા સાથે જોડાયેલા હતા. બે સામાજિક સંસ્થાઓમાં જોડાયેલા હતા. વ્યવહારું અને કાર્યદક્ષ મોહનભાઈનું વડોદરામાં ઘણું માન હતું. એટલે ઘર વેચવાનો અને અમદાવાદમાં ઘર લેવાનો વિચાર એમને આવતો નહીં.

અચાનક દેવભાઈએ બ્રેક મારી એટલે મેઘાની તંદ્રા તૂટી. એક ગલૂડિયું અચાનક દોડ્યું અને ગાડી નીચે આવતા રહી ગયું. જોરથી બ્રેક વાગવાથી પાછળ બેઠેલા નયનાબહેન પણ સહેજ આગળ આવી ગયાં. "સંભાળ દેવ શું થયું?" "કંઈ નહીં મમ્મી આ તો ટ્રાફિક ઓછો હોય એટલે નાના-નાના જાનવરો દોડાદોડી કરતા હોય છે. ગલૂડિયું એટલું અચાનક દોડ્યુ કે ચગદાઈ ના જાય એટલે બ્રેક મારવી પડી."

"સારું, હવે કેટલી વાર છે?"
"પંદર-વીસ મિનિટમાં આપણે પહોંચી જઈશું."

જો કે હાઈ-વે સૂમસામ હતો. કોરોનાની અસર વર્તાતી હતી. અનલૉક-2નો સમય ચાલતો હતો. છતાંય રસ્તાની બે બાજુ આવેલી દુકાનો તથા રેસ્ટોરાં બંધ હતા. ક્યાંક ક્યાંક ચાનાં સ્ટોલ્સ દેખાઈ જતાં હતાં. માણસોની અવરજવર તો નહીંવત્ કહેવાય. થોડી વારમાં વડોદરા આવી ગયું. શહેરના માર્ગી પણ સૂમસામ હતા. કુદરતે જાણે સ્ટેચ્યૂ કહી દીધું હતું. વેપાર-ધંધા ઠપ હતા. માણસોની ચહલપહલ ના બરાબર હતી. કોઈ કારણસર બહાર નીકળવાનું થાય તો ઠીક બાકી મંદિરો, સિનેમાગૃહ, ખાણીપીણી, જાહેર ગાર્ડનો, શાળાઓ, કૉલેજો બધું

જ બંધ. ઘરમાં યુવાન સ્ત્રી-પુરુષો હોય અને પોતાનો ધંધો કરતા હોય એ લોકોને સાંજે સાત વાગ્યા સુધી કામ પર જવાની છૂટ આપવામાં આવી હતી. માર્ચની 21મીથી લૉકડાઉન શરૂ થયું ત્યારે શાળા-કૉલેજોમાં પરીક્ષાઓનો સમય હતો. બધું જ એકાએક બંધ થઈ ગયું અને રોગનું સંક્રમણ પણ ફેલાતું ગયું. નોકરી કરતો વર્ગ તો વર્ક ફ્રૉમ હોમ કરતો હતો. સોશિયલ ડિસ્ટન્સના નામે સંબંધોનાં પણ ડિસ્ટન્સ થઈ ગયા. થોડી વારમાં જ અલકાપૂરી, શારદા સોસાયટી આવી ગઈ. 9 નંબરના બંગલા પાસે ગાડી ઊભી રહી.

મેઘાએ ડિકીમાંથી પોતાની નાનકડી બેગ બહાર કાઢી અને હૅન્ડલ ઊંચું કરીને ઘર તરફ ચાલવા માંડી. દેવભાઈ અને મમ્મી તો તરત જ પાછાં જવાનાં હતાં. એટલે બીજું કંઈ હતું નહીં. ફક્ત નાના-નાની માટે ઘેર બનાવેલો નાસ્તો અને સુખડી હતા. ગાડી લૉક કરીને દેવભાઈએ મેઘા પાસેથી બેગ લઈ લીધી. ત્રણે જણ ઘરમાં પ્રવેશ્યા. નાની એનાં મમ્મીને જોઈને ભાવુક થઈ ગયાં અને એમને વળગીને રડવા માંડ્યાં. મમ્મીએ પણ રડવાનું શરૂ કર્યું. દેવભાઈએ બંનેને શાંત પાડ્યા અને નાનાને કેવી રીતે કોરોના પૉઝિટિવ આવ્યો તે પૂછ્યું. પહેલાં તો નાના સાથે ફોનમાં જ વાત કરી લીધી. નાના સ્વસ્થ હતા અને પછી જીવીએ રસોઈ તૈયાર રાખી હતી એટલે જમી લીધું.

જમીને નાનીએ વાત શરૂ કરી. આમ તો ચાર જણમાંથી કોઈ બહાર નીકળતું નહીં. દરરોજ સવારે એમનો ડ્રાઇવર એના સ્કૂટર ઉપર દૂધ-શાક અને જોઈતી વસ્તુઓ આપી જતો. ક્યાંય જવાનું હોય નહીં એટલે એને બોલાવતા નહોતા પણ પગાર ચાલુ રાખ્યો હતો. ફોન પર લખાવે એટલે એ બધું લઈને બહાર વરંડામાં મૂકી દે અને ચાલ્યો જાય. છાપું તો મંગાવતા જ નહોતા. થોડી વાર પછી નાના થેલીઓ પર સેનિટાઇઝર સ્પ્રે કરે એટલે ડાહ્યો પાછળથી થેલીઓ લઈ લેતો અને દૂધની થેલી, શાક બધું ધોઈને રસોડામાં લઈ લેતો. બીજી વસ્તુઓ ત્યાં જ રહેવા દેતા અને બીજે દિવસે ઘરમાં સેનેટાઈઝ કરીને લઈ લેતા. વાંધો આવતો નહીં.

"તો પછી કેવી રીતે થયું?" નયનાબહેને પૂછ્યું.

"અરે, પણ થયું એવું કે..." નાનીએ આગળ ચલાવ્યું. "ચાર દિવસ પહેલાં અમારા સાખ પાડોશી અને ખાસ મિત્ર હિંમતભાઈને ઍટેક આવ્યો. એકાએક ગભરામણ થવા માંડી અને પરસેવાથી શરીર રેબઝેબ થઈ ગયું. ઘરના બધાં ગભરાઈ ગયા અને એમનો મોટો દીકરો મયંક કંઈ સૂઝ ના પડતા એમને બોલાવવા આવ્યો."

"જલદી ચાલોને કાકા, મારા પપ્પાને કંઈ થાય છે."

"એ તો ક્ષણનોય વિચાર કર્યા વગર એની સાથે દોડ્યા. મારા મનમાં ધ્રાસ્કો તો પડ્યો પણ આવા સમયમાં કોઈના કામમાં ના આવીએ તો કેવું કહેવાય? એમ વિચારીને કંઈ બોલી નહીં."

મોહનભાઈ ઝડપથી હિંમતભાઈના ઘેર આવ્યા અને પૂછ્યું, "ડૉક્ટરને ફોન કર્યો?" મયંકે કહ્યું, "હા, તરત જ ફૅમિલી ડૉક્ટરને ફોન કર્યો પણ એમણે આવા સમયમાં ઘેર આવવાની ના પાડી. થોડા પ્રશ્નો પૂછ્યાં અને કહ્યું, સીધા હૉસ્પિટલમાં જ લઈ જાઓ. અત્યારે કઈ હૉસ્પિટલમાં અને કેવી રીતે લઈ જવા એની સમજ ના પડી એટલે તમારી પાસે દોડી આવ્યો."

"વાંધો નહીં બેટા, હું છું ને..." કહીને મોહનભાઈએ ધરપત આપી. એમના મિત્રનો દીકરો ડૉ. ભાવેશ મોદી શહેરમાં નામાંકિત કાર્ડિયોલોજિસ્ટ હતો. બે-ત્રણ વર્ષ પહેલાં જ અદ્યતન સાધનોથી સજ્જ હૉસ્પિટલ ખોલી હતી. મોહનભાઈએ મોટું દાન આપ્યુ હતું. ડૉ. ભાવેશ મોદીએ નંબર આપી રાખ્યો હતો અને કહ્યું હતું, અધી રાત્રે પણ જરૂર પડે તો પણ મને ફોન કરજો. એ નંબર એમની પાસે હતો જ. એમણે તરત ખીસામાંથી કાઢીને ફોન જોડ્યો. ડૉ. ભાવેશે તરત જ ફોન ઉપાડ્યો.

"બોલો કાકા શું હતું?"
મોહનભાઈએ હિંમતભાઈની વાત કરી. ડૉ. ભાવેશે પોતે હોસ્પિટલમાં જ છે અને એમને તરત લઈ આવવાનું કહ્યું.
મયંકે વિવેક ખાતર કહ્યું, "કાકા તમે ઘરે જાઓ, હું અને મમ્મી ગાડીમાં પપ્પાને લઈ જઈએ છીએ. ત્યાં જઈને તમારું નામ આપીશું."
"હોતું હશે દીકરા, હું જ તારી સાથે આવું છું. તારી મમ્મી કે પત્નીનું કામ નહીં. વિલંબ કર્યા વગર ગાડી કાઢ."

મયંકને બહુ સારું લાગ્યું. આમ પણ એ અંદરથી ડરી ગયો હતો. એ લોકો હોસ્પિટલ પહોંચ્યા ત્યારે ડૉ. ભાવેશ હાજર હતા. આખો સ્ટાફ માસ્ક, ગ્લવ્ઝ અને પી.પી.ઈ. કીટમાં સજ્જ હતો. સેનેટાઈઝેશનનો પણ પૂરેપૂરો ખ્યાલ રખાતો હતો. બધું જુદું જુદું લાગતું હતું. એક તો મનમાં માંદગીનો ભાર અને પૃથ્વી નામના ગ્રહ ઉપરથી જુદાં જ ગ્રહમાં આવી ગયા હોઈએ એવું લાગતું હતું. જાણે રોબોટનું વિશ્વ હતું. હરતા-ફરતા રોબોટ સ્ત્રી છે કે પૂરુષ એવું પણ કળાતું નહોતું. મયંકના ધબકારા વધી ગયા. પણ મોહનભાઈએ દોર સંભાળી લીધો. હિંમતભાઈને હોસ્પિટલમાં દાખલ કરવામાં આવ્યા. એમનો કાર્ડિયોગ્રામ લેવામાં આવ્યો અને બી.પી. અને પલ્સ પણ ચેક કરવામાં આવ્યા. બી.પી. અને પલ્સ વધી ગયેલાં હતાં, કાર્ડિયોગ્રામમાં નજીવો ફેરફાર આવતો હતો. ડૉક્ટરે કહ્યું, "માઈલ્ડ ઍટેક લાગે છે. ખાસ ચિંતા કરવા જેવું નથી. બીજા ટેસ્ટ કરીને બે દિવસ ઓબ્ઝર્વેશનમાં રાખવામાં આવશે." મયંક અને મોહનભાઈએ નિરાંતનો શ્વાસ લીધો. હિંમતભાઈને આઈ.સી.સી.યુ.માં દાખલ કરવામાં આવ્યા. ડૉક્ટરે કહ્યું, "અહીં રોકાવાનો કોઈ અર્થ નથી. આઈ.સી.સી.યુ.માં કોઈ પણ સગાને બેસવા દેવામાં આવતા નથી."

મયંકે ઘેર ફોન કરી દીધો અને મોહનભાઈને કહ્યું, "ચાલો કાકા હું તમને મૂકી જાઉ. આમ પણ મારે તો બહાર જ બેસવાનું છે. ઘેર પણ રૂબરૂમાં વાત થઈ જશે." મોહનભાઈએ ના ન પાડી.

ઘેર આવ્યા ત્યારે શારદાબહેનનો જીવ હેઠો બેઠો, "બાજુમાં ગયા ત્યાં સુધી બરાબર છે, હૉસ્પિટલમાં જવાની શી જરૂર હતી?" શારદાબા ગુસ્સામાં ઊકળી રહ્યાં હતાં, મોહનભાઈએ શાંતિથી જવાબ આપ્યો, "મયંક ગભરાઈ ગયો હતો, હું પણ એના બાપની જગ્યાએ જ છું ને?" કહીને એ નહાવા જતા રહ્યાં. શારદાબાને ખબર હતી પતિ એમનું ધાર્યું જ કરવાવાળા હતા. એમણે જમવાની તૈયારી કરવા માંડી. બે દિવસ પછી કૉર્પોરેશનમાંથી માણસો સોસાયટીમાં કોરોનાનો ટેસ્ટ કરવા આવ્યા. એમને ત્યાં પણ આવ્યા. શારદાબાના ઘેર એમનો અને એમના બે માણસોના ટેસ્ટ નેગેટિવ આવ્યા પણ મોહનભાઈનો ટેસ્ટ પૉઝિટિવ આવ્યો. શારદાબાના માથે તો જાણે આભ તૂટી પડ્યું. આમ, પણ એમનો સ્વભાવ ઉચાટિયો હતો. મોહનભાઈએ શાંત પાડ્યા અને સ્ટાફના માણસોને કહ્યું કે "મને કોઈ લક્ષણ નથી, ટેસ્ટ ખોટો પણ હોઈ શકે." એ લોકોએ સમજાવ્યું કે "સ્વાસ્થ્ય સારું હોય, કોઈ પણ જાતની બીમારી ના હોય તો લક્ષણો ખાસ દેખાતા નથી. જલદીથી સાજા પણ થઈ જવાય છે. પણ તમારે 14 દિવસ તો ક્વૉરેન્ટિનમાં જ રહેવું પડશે." તમારા ઘરના વ્યક્તિઓ પણ બહાર જઈ-આવી શકશે નહીં. અમે દર બે દિવસે આવીશું, તમારે કંઈ જોઈતું હોય તો લાવી પણ આપીશું. ટિફિનની પણ સગવડ થઈ શકે છે." ટિફિનની જરૂર તો હતી નહીં. બંગલો મોટો હતો. ઉપરનો માળ તો વપરાતો પણ નહોતો. મોહનભાઈને ઉપર જ અલાયદા રૂમમાં રહેવાનું નક્કી કરવામાં આવ્યું. સરકારી માણસો તો બહાર મોટું કાગળ ચોંટાડીને જતા રહ્યાં એટલે બહારથી આવનારને પણ ખ્યાલ આવે કે આ ઘરમાં કોવિડ પેશન્ટ છે. શારદાબા તો ભાંગી જ પડ્યાં. એમણે તરત જ નયનાબહેનને ફોન કરેલો. નયનાબહેન પણ ચિંતામાં પડી ગયાં. પણ તરત જ મેધા બોલી ઊઠેલી,

"ચિંતા ના કર મમ્મી, હું નાના-નાની પાસે જઈશ. મારે હમણાં તો જૉબ ઉપર જવાનું નથી. મને અનુભવ પણ છે અને નાનીને પણ સારું લાગશે."

માનો જીવ કચવાયો કે દીકરી હમણાં જ માંદગીમાંથી ઊઠી છે. પણ બીજી બાજુ પોતાનાં મા-બાપ હતાં જે એકલાં હતા. આમ પણ હોસ્પિટલમાંથી આવી છે ત્યારની સૂનમૂન રહે છે. એને આરામ પણ મળશે અને હવાફેર પણ થશે એમ એમણે વિચાર્યું. બીજે જ દિવસે રવિવાર હતો, દેવને પણ રજા હોય અને બીજે દિવસે બધા અહીં હતાં.

બપોરે ચાર વાગ્યે નયનાબહેન અને દેવ ચા પીને નીકળી ગયા. મેઘા એકલી પડી. નાનીએ નીચે જ એમની બાજુનો રૂમ તૈયાર કરાવી રાખેલો. નાની અને મેઘાએ ઘણી વાતો કરી. નાનીએ હેતથી મેઘાના માથે હાથ ફેરવ્યો. "અહીં ગમશે ને બેટા? આવી છું ત્યારથી મને કેમ તું ઢીલી લાગે છે? અશક્તિ લાગે છે? અહીં તારે જે કરવું હોય એ કરજે. તારા રૂમમાં ટી.વી. પણ ખસેડાવી દીધું છે. અમારા કબાટમાંથી થોડા પુસ્તકો પણ મૂકાવ્યા છે. હું તને કાલે સુજાતાબહેન સાથે વાત કરાવીશ. ખૂબ વિદ્વાન અને પ્રતિભાશાળી છે. વળી, ત્યાં ઘણી બહેનો આવે છે. તારી ઉંમરથી માંડીને મોટી ઉંમર સુધીની. તને ત્યાં ગમશે."

"કોણ સુજાતાબહેન, નાની? પહેલાં નામ સાંભળ્યું નથી."

"સાતેક વર્ષ પહેલાં જ સોસાયટીના નાકે રહેવા આવ્યાં છે. પેલા પટેલકાકા નહોતા રહેતા? મોટા બંગલામાં? એમને ત્રણ દીકરા હતા. એમાં આનંદ તારા જેટલો જ હતો. તું એને ત્યાં રમવા જતી. તું અહીં આવે એટલે એ પણ અહીંયાંનો અહીંયાં જ હોય. એની મમ્મી બહારથી જ બૂમો પાડે, "શારદાબહેન, મેઘા આવી લાગે છે. એટલે જ આનંદનો પગ ઘરમાં ટકતો જ નથી."

મેઘા ખડખડાટ હસી પડી.
"હા, નાની મને બરાબર યાદ છે. આનંદ અત્યારે ક્યાં છે?"
"એ ત્રણે ભાઈઓ અમેરિકા સેટલ થયા છે એટલે પટેલ અને એમના પત્ની એકલા પડી ગયેલાં. આવડા મોટા બંગલામાં કરે શું? છોકરાંઓ તો બહુ કહે છે પણ એમને અમેરિકા જવું નથી. આનંદ તો પાછે

અમેરિકાથી એની કંપની તરફથી બેંગ્લોર આવ્યો છે. બે વર્ષથી બેંગ્લોર રહે છે. હજી એકલો જ છે. એને પરણવું નથી. અહીં એક વૃદ્ધાશ્રમ ખુલ્યો છે. વૃદ્ધાશ્રમ તો નથી કહેતા પણ 'નાના-નાની ગેસ્ટ હાઉસ' કહે છે. બંગલા જેવું જ વાતાવરણ, મોટો બગીચો ઉપરાંત સ્ટાફ પણ હાજર હોય. મારાજ, બાઈઓ, નોકરો, ડૉક્ટર, નર્સ વગેરે અને વળી એમની ઉંમરના અને એમના જેવી જ આર્થિક સદ્ધરતાવાળા વૃદ્ધ યુગલો પણ ત્યાં રહે છે. એટલે એ લોકોને ત્યાં ખૂબ જ ગમે છે. એ અમેરિકા માટે તૈયાર ના થયા એટલે છેવટે આ સગવડ કરી અને બંગલો કાઢી નાખ્યો. બંગલામાં એક રૂમ રાખ્યો છે. વર્ષમાં એક વાર ત્રણે જણા વારાફરથી આવીને મળી જાય છે. ચાલ જવાનો સમય થઈ ગયો છે. જમીને રૂમમાં આરામ કર. થાકી ગઈ છું."

નાનાનું જમવાનું ઉપર મોકલીને બંને જણે જમી લીધું. મેઘા રૂમમાં આવી અને ક્ષણભર ઊભી રહી. વરસો પછી એ નાનીના ઘરે આવી હતી. એ અને દેવભાઈ નાના હતા ત્યારે વેકેશન માણવા મમ્મી સાથે આવતાં. દેવભાઈ મેઘા કરતા પાંચ વર્ષ મોટા હતા એટલે મમ્મી સાથે જ અઠવાડિયામાં ચાલી જતા. પણ મેઘા આખું વેકેશન નાની પાસે રહેતી. ખૂબ મજા આવતી. દરરોજ બપોરે બરફના ગોળાની લારી લઈને એક સિંધી ભાઈ આવતા. એમનું નામ મેઘા ભૂલતી ના હોય તો વીરુમલ હતું. એમની લારી આવે એટલે બધા બાળકો અને મોટાઓ પણ ઘરમાંથી બહાર નીકળે. કાળઝાળ ગરમીમાં બરફનો ગોળો ખાવો કોને ના ગમે ? નાની એમને બૂમ મારે: "વીરુ, ભાનજી આઈ હૈ એને ગુલાબ સરબત કા ગોલા દેના, ઉપર મલાઈ લગાડના..."

વીરુમલ હસી પડતો, "હા, હા નાની આપ કી ભાનજી હમારી ભાનજી."

કેટલું સાદું અને સરળ જીવન હતું, હતી તો સોસાયટી જ પણ આજના જેવી આધુનિક નહીં. બધા જ હળીમળીને રહેતાં. વાટકી વહેવાર પણ ખરો. સવારે શાકની લારી આવે, બપોરે બરફના ગોળાની અને રાત પડે એક ચૂરણવાળો ભૈયાજી આવતો. ભડકો કરીને ચૂરણ આપતો એ જોવાની મજા આવતી અને ખાટું-મીઠું ચૂરણ એવું તો ભાવતું !

નાના રોજ સાંજ પડે ગાડીમાં ફરવા લઈ જતા. નાની જાત જાતની વાનગીઓ બનાવીને ખવડાવતા. મેઘાને કમાટીબાગની ટ્રેનમાં રાઈડ લેવી બહુ જ ગમતી. આજવા-નિમેટાના ગાર્ડનનું સૌંદર્ય જોઈને મેઘા નાચી ઊઠતી. પાછો પટેલકાકાનો આનંદ તો જોડે ને જોડે જ હોય. પાછાં જવાના હોય ત્યારે શાળાની બેગ(દફતર)થી માંડીને કેટલીય વસ્તુઓ નાના-નાની અપાવતાં. મેઘા એ વહાલની વર્ષામાં એવી ભીંજાઈ જતી કે અહીં ફરી પાછાં આવવાની રાહ જોતી. મોટા થયા પછી આવવાનું સાવ ઓછું થઈ ગયેલું. પછી તો કેટલું ભણી. ડોક્ટર થવામાં વડોદરા આવવાનું ભૂલાઈ ગયું. નાના-નાનીની મુલાકાતો અમદાવાદ ખાતે વધતી ગઈ. વળી દિવાળીની રજાઓમાં આખું કુટુંબ નજીકના સ્થળે પ્રવાસે જતું એમાં નાના-નાની જોડાતાં અને મજા બેવડાઈ જતી. હજી ગઈ દિવાળીમાં જ બધા માથેરાન પાસે આવેલા એમ્બેવેલી રીસોર્ટમાં ગયેલાં.

મેઘા બારી પાસે આવી. બંધ બારી એણે ખોલી નાખી. બારીની બહાર બંગલાનો બગીચો અને એની બહાર સોસાયટીનો રોડ દેખાતો હતો. નિર્જન રસ્તો હતો, આ સમયમાં કોની અવરજવર હોય? વળી પાછો કરફ્યૂ પણ હોય. સોસાયટીના રોડ પર બંને બાજુ વાવેલા હારબંધ ઝાડની સુંદરતા નયનરમ્ય હતી. જેના ઘરમાં એકથી વધારે વાહન હોય એ બધાં જ ઘરોમાં બહાર કતારબંધ ગાડીઓ અને સ્કૂટરો ઊભા હતા. ચહલ-પહલ હતી નહીં. ઘરમાં લાઈટો ચાલુ હતી એટલે ઘરમાં બધાં જાગતા હશે. ટી.વી.ના પ્રોગ્રામો જોતા હશે. એણે અનુમાન કર્યું પણ બહાર સૂમસામ હતું. મેઘાની બારીની સામે જ પડતું ગુલમહોનું ઝાડ જોઈને મેઘાને પાછો નિખિલ યાદ આવી ગયો. નિખિલ સાથે સિવિલ હોસ્પિટલની અગાસીમાં બહાર જ રસ્તા પર આવેલા ગુલમહોરના ઝાડના સાંનિધ્યમાં ગાળેલી સંધ્યાની અવિસ્મરણીય ક્ષણો નજર સમક્ષ તરી રહી. આંખોમાં ધસી આવેલો આંસુઓનો ધોધ અચાનક નાનીની બૂમથી અટકી ગયો. "ગરમી લાગે તો એ.સી. ચાલુ કરજે. ગઈકાલે જ સર્વીસ કરાવી લીધી છે."

"ભલે, નાની." કહીને મેઘા પલંગ પર બેસી પડી.

2
પ્રકરણ

નિખિલ હેરાન હતો. મેઘા ફોન ઉપાડતી નહોતી. એને સમજણ નહોતી પડતી કે એને એકાએક શું થયું હશે? એના વિચારો ક્ષિતિજને પાર જતા રહેતા અને મનમાં અંધકાર છવાઈ જતો. મનમાં પ્રશ્નોની હારમાળા ચાલતી હતી પણ એનો જવાબ ક્યાં મળતો હતો! એનું કોઈપણ કામમાં ચિત્ત ચોંટતું નહોતું. આજે એના બોસે બે-ત્રણ કામ સોંપેલા એમાનું એક પણ કામ એણે કર્યું નહોતું. બોસ પણ અકળાઈ ગયા હતા કે "આજકાલ તારું મન ક્યાં હોય છે?" નિખિલની કર્તવ્યનિષ્ઠા પ્રત્યે એમને જરાય સંદેહ નહોતો પણ બે-ત્રણ દિવસથી નિખિલના વ્યવહારમાં જણાઈ આવતી વિચારશૂન્યતા એમનાથી અજાણી નહોતી. એના રમતિયાળ અને અલ્લડ મન ઉપર કોઈ સંપૂર્ણ કબજો લઈ લે અને એ તદ્દન બદલાઈ જાય એ વાત નિખિલની પણ કલ્પના શક્તિ બહાર હતી. એના સમગ્ર અસ્તિત્વ પર મેઘા છવાઈ ગઈ હતી. બે દિવસથી મેઘાએ ફોન ઉપાડ્યો નહોતો. આજે સવારે ઊઠ્યો ત્યારે એણે નક્કી કર્યું કે જ્યાં સુધી મેઘા ફોન કરે નહીં ત્યાં સુધી એ ફોન કરશે નહીં. એના વિચારો પણ નહીં કરે. પણ મકરટ જેવા મનનું શું કરવું? એ ક્યાં એના હાથમાં રહેતું હતું?

ડૉ. અમીષ શ્રીવાસ્તવ પણ મેઘાના ગયા પછી વિચારોમાં ડૂબી ગયા હતા. એને જોઈને મનમાં દબાવી રાખેલો ગુસ્સો ફુકરમાં વરાળનું

દબાણ વધે અને સીટી દ્વારા બહાર નીકળી જાય એમ નીકળી ગયો હતો. એમને અફસોસ થયો. પોતે જે હોદ્દા પર છે, તેના લાયક વર્તન તેમણે કર્યું નહોતું. તેમનું કોઈ કામમાં ચિત્ત લાગ્યું નહીં. આમ પણ સાંજે સાત વાગ્યાના કરફ્યૂના લીધે મોડી સાંજે પેશન્ટ આવતા નહીં. એકાદ પેશન્ટ હશે એમ વિચારીને ઊભા થયા. નસીબજોગે બહાર કોઈ હતું નહીં. કેબિન લૉક કરી નર્સને સૂચના આપીને નીકળી ગયા. મન ભારે થઈ ગયું હતું. ઘેર વહેલાં આવી ગયેલા જોઈને તેમના મમ્મી સરલાબહેનને ધ્રાસકો પડ્યો. અત્યારે તો એક જ વાતથી ધ્રાસકો પડતો. તાવ નથી ચઢ્યો ને? કોરોના પૉઝિટિવ તો ના હોય ને? પૉઝિટિવ શબ્દ જ અત્યારે નેગેટિવ બની ગયો હતો. અત્યાર સુધી પૉઝિટિવ શબ્દની કેટલી બોલબાલા હતી. પૉઝિટિવ વિચારો, પૉઝિટિવ વલણ, પૉઝિટિવ જવાબ! અને અત્યારે રિપોર્ટની વાત આવે એટલે બધાને ધ્રાસકો પડે... ક્યાંક પૉઝિટિવ ના આવે. મમ્મીએ ઉતાવળે પૂછી લીધું, “કેમ આજે વહેલો? તબિયત સારી છે ને? તાવ નથી લાગતો ને?” “હા મમ્મી, તબિયત સારી છે. માથું દુઃખતું હતું એટલે વહેલો ઘરે આવી ગયો. મારી જમવામાં રાહ ના જોતા, મારે જમવું નથી, આરામ કરવો છે.”

ડૉ. અમીષ એમના રૂમમાં ગયા. એ.સી. ચાલુ કર્યું અને કપડાં બદલી પલંગ પર આડા પડ્યા. એમના મનમાં વિચારોનું વાવાઝોડું ચકરાવા લેવા માંડ્યું. ડૉ. અમીષ શ્રીવાસ્તવ કાબેલ કાર્ડિયોલૉજિસ્ટ હતા. હૃદયરોગના નિષ્ણાંત થવાનું તેમનું બાળપણનું સ્વપ્ન હતું. એ સ્વપ્ન સાકાર કરવામાં લગ્નની ઉંમર વીતી ગઈ હતી. એમની અને નિખિલ વચ્ચે ત્રણ વર્ષનો ફેર હતો. એમ.બી.બી.એસ. કર્યા પછી સ્પેશિયલાઈઝેશન કરવામાં બીજા ચાર વર્ષ નીકળી ગયા હતા. હા, ક્યારેય લગ્નનો કે છોકરીનો વિચાર પણ કર્યો નહોતો, પણ હમણાં હમણાંથી ઘરમાંથી દબાણ થતું હતું. ચાર જણનું તેમનું કુટુંબ હતું. પોતે, નિખિલ અને મમ્મી-પપ્પા. પપ્પા રિટાયર્ડ બૅંક મૅનેજર હતા. સંતાનોના શિક્ષણ માટે તેમણે બચતનો વિચાર કર્યો ન હતો. કરકસરના ભોગે પણ સંતાનોને ઉત્તમ શિક્ષણ આપ્યું હતું. મમ્મી હમણાથી ડૉક્ટરને દબાણ કરતા હતા કે આટલા બધા માંગા આવે છે,

હવે છોકરી પસંદ કરી લે. એમનું પતે એટલે પાછળ નિખિલ તૈયાર જ હતો. ઔપચારિક રીતે તેમણે બે-ત્રણ છોકરીઓ જોઈ પણ હતી. પણ મન ઠર્યું નહોતું. છોકરી જોવા જાય પછી અકારણ જ એમની સમક્ષ મેધાનો ચહેરો તરવરી આવતો. મેધા એમની આસિસ્ટંન્ટ ડૉક્ટર હતી. એ હોશિયાર અને ખંતીલી હતી. સ્વભાવે પણ એકદમ શાંત હતી. કોઈની સાથે હળતી મળતી નહોતી પણ કામ પૂરતી વાત કરતી. ફક્ત એમના વૉર્ડની ચીફ નર્સ રીયા એની ખાસ સખી હતી. ડૉક્ટરને આસિસ્ટ કરવા માટે એ ખડે પગે ઊભી રહેતી. ક્યારેય શ્રીવાસ્તવને ફરિયાદનો મોકો રહેતો નહીં પણ એનાથી વિપરીત એના વગર ડૉક્ટરને ચાલતું નહીં. કોઈક વાર એ રજા પર હોય અને બીજી ડૉક્ટર એમની સાથે હોય એ એમને જરાય ફાવતું નહીં. એમને મેધા પ્રત્યે ખેંચાણ હતું, એ જ આસિસ્ટંન્ટ હોવી જોઈએ એવી ટેવ પડી ગઈ હતી. પણ ક્યારેય કશું કહેવાની કે બતાવવાની હિંમત કરી શક્યા નહોતા. આજે નિખિલ અને મેધાને સાથે જોઈને એ ધૂંઆપૂંઆ થઈ ગયા હતા. એ તો હજી વિચાર કરતા રહ્યાં અને નિખિલે મિત્રતા પણ કેળવી લીધી હતી.

મેધા પણ પલંગ પર સૂતાં સૂતાં ડૉ. અમીષ સાથે થયેલી છેલ્લી મુલાકાતના જ વિચારો કરી રહી હતી. રિયાના લીઘે એ ડૉ. અમીષને મળવા ગઈ હતી. પોતે શા માટે એમને મળવા ગઈ? એમની વાત આમ પણ ખોટી નહોતી. રિયાની મુશ્કેલી રિયાએ જ કહેવાની હોય ને? પણ હવે શું થાય? રિયા એની જિગરજાન સખી હતી. રિયા માટે તો એ કંઈ પણ કરી શકે. પોતે જ્યારે હૉસ્પિટલમાં કોવિડની સારવાર લઈ રહી હતી ત્યારે તો નિખિલ મળ્યો હતો. હૃદયનાં તાર ઝંકૃત થઈ ગયાં હતાં. ખુશી દિલમાં સમાતી નહોતી. ભીતરમાંથી આનંદની છોળો ઊડતી હતી અને ભર ઉનાળામાં અસ્તિત્વ આખું પ્રેમવર્ષાથી ભીંજાઈ જતું હતું. અંદરથી પોતાની અને બહારથી નિખિલની પ્રેમવર્ષા એનાથી ઝીલાતી નહોતી. પોતાના આ પ્રથમ પ્રેમની વાત કરે તો કોને કરે? રિયાની દરરોજ રાહ જોતી. આજે ચાર દિવસ થયા પણ રિયા દેખાઈ નહીં. મેધાને થોડી ચિંતા પણ થઈ. એણે રિયાને ફોન કર્યો એનો અવાજ દબાયેલો હતો. એણે કહ્યું એ થોડી કામમાં હતી, આજે ચોક્કસ આવશે.

સાંજે રિયા આવી. એનું મોઢું પડી ગયું હતું.

"કેમ આટલી ઉદાસ છે? ઘરમાં બધાં મજામાં તો છે ને?"

"ઘરે તો બધાં મજામાં છે પણ એક ઉપાધિ આવી પડી છે?"

"શું થયું?"

"સાહિલની જૉબ જતી રહી છે"

"કેવી રીતે? આવા સમયમાં? એ તો સિન્સિયર ડૉક્ટર છે."

"હા, પણ એના બોસ ડો. ગુપ્તા જ્યારથી લૉકડાઉન ચાલુ થયું ત્યારથી હૉસ્પિટલ ગયા નહોતા. ટેલિફોનિક કન્સલ્ટેશન જ આપતા હતા. વળી, એક વાર ફોન પર વાત કરે એટલે પર્સનલ એકાઉન્ટમાં પૈસા પણ જમા લઈ લેતા હતા. જો કે આ વાતની હૉસ્પિટલમાં ખબર નહોતી પણ હૉસ્પિટલમાંથી કેટલીય વાર ફોન કરવામાં આવ્યા હતા કે અઠવાડિયામાં બે વાર તો આવો. પણ એ તો સંક્રમણનો ડર બતાવીને ના જ પાડ્યા કરે."

"શું વાત કરે છે? આવા ડૉક્ટર હોય?" મેઘા ચમકી ગઈ.

"અત્યારે તો ડૉક્ટરોએ ખાસ સાથ આપવો જોઈએ. જ્યારે આપણા જ લોકો અને સમાજ કટોકટીના સમયમાંથી પસાર થઈ રહ્યા છે." રિયાએ ટાપસી પૂરાવી. "જો ને માથા પર કફન બાંધીને કામ કરનારા છે અને આવા ડૉક્ટરો પણ ભટકાઈ જાય છે. વળી, આવી રીતે પેશન્ટો પાસેથી પૈસા પડાવે છે એવી ફરિયાદ હૉસ્પિટલમાં ગઈ. એટલે એમની પાસેથી રાજીનામું માંગી લેવામાં આવ્યું. નવા ડૉક્ટરની નિમણુંક કરવામાં આવી. નવા ડૉક્ટરે તેમની ટીમ સાથે ડ્યુટી જૉઈન કરી. એટલે ડો. ગુપ્તાની ટીમના ડૉક્ટરોને છૂટા કરી દેવામાં આવ્યા. ડોક્ટર ગુપ્તાની ટીમમાં સાહિલ હતો, એટલે એનો પણ નંબર લાગી ગયો હતો."

રિયાએ વાત પૂરી કરી. બંને સખીઓ ચિંતામાં પડી ગઈ. મેઘાએ કહ્યું "ડૉ. શ્રીવાસ્તવને વાત કરને. આપણી હૉસ્પિટલમાં જો થાય તો."

"અમે બે-ત્રણ જગ્યાએ મળી આવ્યા છીએ. જ્યાં સાહિલના મિત્રોએ નામ આપ્યા હતા. પણ ડૉ. શ્રીવાસ્તવને વાત કરી નથી. મારું મન કહે છે કે તું વાત કરે તો સારું."

"હું, ચોક્કસ વાત કરીશ. પરમ દિવસે જ નિખિલ ગયો. ત્યાં સુધી દરરોજ આવતા હતા."

"અરે, વાહ ! નિખિલ ? ફ્રેન્ડ ? કે પછી આગળ વધી ?"

મેઘાનો ચહેરો શરમથી લાલ બની ગયો. એણે બંને હાથે મોઢું છુપાવી દીધું. પછી તો બંને સખીઓનો વાર્તાલાપ ચાલ્યો. મેઘાના મોબાઈલે રંગમાં ભંગ પાડ્યો. નિખિલનો ફોન હતો. રિયા હસતાં હસતાં ઊભી થઈ.

"હવે તું વાત કર. પછી આપણે મળીએ."

ત્રણ દિવસ પછી ડૉ. દવેએ મેઘાને કહ્યું કે "હવે તેના રિપોર્ટ્સ નોર્મલ આવ્યા છે અને ક્વૉરેન્ટિન પિરિયડ પણ પૂરો થઈ ગયો છે માટે તે ઘરે જઈ શકે છે." તે ખુશ થઈ ગઈ. તેણે નિખલને ફોન કર્યો. નિખિલ પણ ખુશ થઈ ગયો. પણ પછી વિચાર આવ્યો કે તે અત્યારની જેમ મેઘા સાથે દિવસમાં બે-ત્રણ વાર વાતો નહીં કરી શકે અને ઉદાસ થઈ ગયો. એણે મેઘાને પૂછ્યું, "હવે ક્યારે મારી સાથે વાત કરીશ?"

મેઘા હસી પડી, "રાત્રે મોડા વાત કરવાનો પ્રયત્ન કરીશ." પછી ઘેર ફોન કર્યો. મમ્મીને હાશ થઈ.

દેવભાઈએ કહ્યું, "ત્યાંની વિધિ પતી જાય એટલે ફોન કરવો. એ

આવીને લઈ જશે." બધી વિધિ પતાવી દેવભાઈને ફોન કરી મેઘાએ વૉર્ડમાં ડૉ. શ્રીવાસ્તવને મળવા જવાનો વિચાર કર્યો. એ રૂમમાંથી બહાર નીકળી. વૉર્ડમાં ખાસ્સી અવરજવર હતી. સ્ટ્રેચરમાં પેશન્ટો આવતાં હતાં. અમુક વ્હીલ-ચેરમાં સાજા થઈને ઘેર જઈ રહ્યાં હતાં. નર્સો બપોરની દવાઓના ડોઝથી ભરેલી ટ્રે લઈને રૂમમાં પ્રવેશતી કે બહાર નીકળતી દેખાતી હતી. બહારના આવેલાં દર્દીઓ અને એમની સાથે આવેલા સગાઓની ભીડ જમા હતી. બધાએ માસ્ક પહેરેલાં હતાં. વૉર્ડ બોય અને સ્ટાફના અન્ય સભ્યો દર્દીઓને અને સગાઓને અંતર જાળવીને બેસવાની સૂચનાઓ મોટે-મોટેથી આપી રહ્યાં હતાં. ડૉક્ટરોની કેબિનોમાંથી સતત બેલ રણકી રહ્યાં હતાં. જે પેશન્ટ અંદર જાય એટલે બહાર નીકળીને લોહીનું પરિક્ષણ કરાવવા જવાનું. પછી આગળ વધવાની ખબર પડે. કેટલું બદલાઈ ગયું હતું જીવન? એક જ ફકડાટ! કોરોના પૉઝિટિવ હશે તો? મેઘા એના વૉર્ડમાં પહોંચી. સ્ટાફના સભ્યો જોઈને ખુશ થઈ ગયાં. બધાના ચહેરા પર સ્મિત આવી ગયું, "સાજા થઈ ગયા?" એણે પણ બધાને સ્મિત આપીને અભિવાદન કર્યું. બેક પૅક સોફા પર મૂકી અને ડૉ. શ્રીવાસ્તવની કેબિનના કાચ પર ટકોરા માર્યા અને બારણું ખોલ્યું.

"મે આઈ કમ ઈન સર?" પૂછીને અંદર પ્રવેશી. મધ્યમ સાઈઝની કેબિન હતી. એ.સી. ચાલતું હતું. ટેબલ પર કમ્પ્યુટર અને પેપર પેડ, પેનોનું સ્ટેન્ડ અને થોડા મેડિકલ જર્નલ્સ પડ્યા હતા. ટેબલની પાછળ અને કેબિનના બારણાની સામે ડૉક્ટર બેઠા હતા. એમની સામેની બાજુ ત્રણ ખુરશીઓ ગોઠવેલી હતી અને સાઈડમાં દર્દીને તપાસવાની પાટ હતી. મેઘા એક ખુરશી પર બેઠી.

"સર, ઘરે જાઉં છું મને રજા મળી ગઈ છે."

"સરસ !" ડોક્ટરે એકાક્ષરી જવાબ આપ્યો.

"સર, એક કામ હતું."

"નિખિલને કાંઈ કહેવાનું છે?" ડોક્ટરના અવાજમાં થોડો તિરસ્કાર અને તોછડાઈ ભળી ગયા.

પહેલાં તો એ ડઘાઈ જ ગઈ. એમનું આ સ્વરૂપ પહેલાં એણે ક્યારેય જોયું નહોતું. એનું મોઢું સિવાઈ ગયું અને ઊભા થઈને બહાર નીકળી જવાનું મન થયું. ત્યાં જ આદેશાત્મક અવાજ આવ્યો.

"બોલો શું કહેતા હતા?"

મેઘાને થયું વાત તો કરી જ લેવી જોઈએ. પછી તક મળે કે ના મળે. આખરે તો આ વાત એના સ્વાર્થની નહોતી. પણ બીજાના ભલા માટે હતી. એણે શાંતિથી વાત કરવાની ચાલુ કરી.

"આપણા વૉર્ડની નર્સ રિયાનો ફ્રેન્ડ છે સાહિલ. એ એમ.બી.બી.એસ. થયેલો છે. ડૉ. ગુપ્તાની મદદનીશ ટીમમાં કૉર્પોરેટ હૉસ્પિટલમાં હતો. ડૉ. ગુપ્તાએ રાજીનામું આપતા આખી ટીમને ફરજિયાત રાજીનામું આપી દેવું પડ્યું છે. એને જૉબની જરૂર છે, સિન્સિયર ડોક્ટર છે."

"રિયા પણ મને કહી શકે ને? એની ભલામણ તમે શા માટે કરો છો?" ડૉ. અમીષના અવાજમાં અકળામણ હતી.

"રિયા મારી ખાસ ફ્રેન્ડ છે, એની ઇચ્છા હતી કે હું તમને કહું."

"ઓહ, એમ વાત છે? જેને કામ હોય એને કહેજો કે મને વાત કરે અને બાય ધ વે નિખિલ મજામાં છે. એણે ફરીથી જૉબ શરૂ કરી દીધી છે. નિખિલને કંઈ પૂછવાનું કે કહેવાનું છે?"

"ના, સર." કહેતાં મેઘા ઝડપથી ઊભી થઈને બહાર નીકળી ગઈ. એના હાથ-પગ ધ્રૂજવા માંડ્યા અને મન રડું રડું થઈ ગયું. ઝડપથી બહાર નીકળીને એ વેઈટીંગ રૂમના જે સોફા પર બેક-પેક મૂકેલી ત્યાં બેસી

પડી. જો કોઈ સામું મળ્યું હોત તો એ રડી પડી જ હતો. થોડી ક્ષણો બેસી રહી અને પછી પર્સમાંથી બોટલ કાઢીને પાણી પીધું. થોડી વાર પછી નીચેથી દેવભાઈનો ફોન આવ્યો અને એ ઊભી થઈ. સારું થયુ દેવભાઈને થોડી વાર લાગી. ત્યાં સુધીમાં એ સ્વસ્થ થઈ ગઈ હતી. ઘેર પહોંચી ત્યારે બધાં ખુશ હતાં. મેઘાને ઢીલી જોઈને મમ્મી અને ભાભીને લાગ્યું એનામાં હજી અશક્તિ ઘણી લાગે છે. "એને પહેલાં એના રૂમમાં થોડી વાર સૂઈ જવા દો." પપ્પાએ બધાને સૂચન કર્યું અને તે રૂમમાં ચાલી ગઈ.

મેઘા ડૉક્ટરના વર્તનથી ગભરાઈ ગઈ હતી. પણ અત્યારે વિચાર કરતા તેને ખ્યાલ આવ્યો કે ડૉક્ટર એના તરફ ફક્ત લાગણી રાખતા હશે, પણ ક્યારેય વ્યક્ત નહીં કરી શક્યા હોય અને પોતાને નિખિલ સાથે જોઈને એમનો રોષ ભભૂકી ઊઠ્યો હશે. પણ એમાં એનો શું વાંક? એ તો એના સિનિયર હતા એટલે આદરભાવ રાખતી હતી, પણ કોઈ દિવસ એ નજરથી જોયું જ નહોતું. નિખિલને મળીને એની ધડકનનો લય બદલાઈ ગયો હતો. મનમાં પ્રેમની કૂંપળો મનમાં ફૂટી નીકળી હતી અને મેઘાના અસ્તિત્વને પ્રેમથી મહેકાવી દીધું હતું. પણ ડૉક્ટરના શાબ્દિક વાવાઝોડાએ એ નાજુક કૂંપળોને મૂરઝાવી દીધી હતી. આમ તો નિખિલ સાથે થોડાં દિવસોની જ મુલાકાત હતી. એણે પાછળ હટી જવાનું વિચાર્યું કારણે કે, આગળ વધે તો પણ ડૉક્ટર સાથે નજર કેવી રીતે મેળવી શકે? પણ બીજી ક્ષણે વિચાર આવ્યો કે, પ્રેમ એક અનુભૂતિ છે, જે ક્ષણમાં પણ મહોરી ઊઠે છે. એને ભૂલી શકાય? ભૂલવાના વિચારમાત્રથી એને ખાલીપો ઘેરી વળ્યો. આસપાસ રણ સર્જાઈ ગયું અને એમાંથી ઊઠતા ધૂળના વંટોળે એને ચારે બાજુથી ઘેરી લીધી. એણે જોરથી આંખો બંધ કરી દીધી. આજે રાત્રે કે કાલે રિયા કે નિખિલ સાથે વાત કરવી નહીં એમ વિચાર્યું અને આડી પડી. થોડી વારમાં ઝોકું આવી ગયું. સાંજે જમવાના સમયે મમ્મીએ ઉઠાડી ત્યારે થોડી હળવી થઈ ગઈ હતી.

મોઢું ધોઈ બહાર જમવા આવી ત્યારે ટેબલ પર બધાં એની રાહ જોતાં હતાં. એ જેવી આવી એટલે બધાએ ટેબલ પર ગોઠવેલા બાઉલમાંથી

જાતે લઈને પીરસવા માંડ્યું. રીનાભાભી ઉદાસ લાગતા હતા. "તબિયત સારી છે ને ભાભી? રીંકી ક્યાં છે?" મેઘાએ પૂછ્યું.

"રીંકીને જમાડીને સૂવાડી દીધી છે." રીના થોડી અપસેટ છે. દેવભાઈએ જવાબ આપ્યો, રીનાના ફુઆ ગુજરી ગયા. દસ દિવસ થયા, તું હોસ્પિટલમાં હતી એટલે નહોતું કહ્યું.

"શું વાત કરો છો? પ્રવિણફુઆ? હજી ગઈ સાલ તો એમની દીકરીનું લગ્ન હતું. શું થયું હતું? એ તો ફીટ લાગતા હતા. માંડ 53-54 વર્ષના હશે."

"હા, 53 વર્ષના હતા પણ શું થાય? કાળમુખો કોરોના એવા મૂરતમાં આવ્યો કે જીવ લઈને ગયો." રીના આંસુ ખાળી શકી નહીં. આંખમાંથી દડ દડ આંસુ દડવા માંડ્યા.

મેઘા ખુરશી ઉપરથી ઊભી થઈને રીના પાસે આવી. એનું માથુ બે હાથથી પોતાની પાસે લઈને વાંસો પંપાળવા માંડી. "આઈ એમ સોરી, ભાભી બહુ ખોટું થયું. પણ તમારી આ હાલત(સગર્ભાવસ્થા)માં તમે રડો નહીં, શાંતિ રાખો, તમારી તબિયત બગડશે." મેઘાએ રીનાને રડી લેવા દીધું પછી પાણીનો ગ્લાસ ધરીને કહ્યું, "ભાભી, પહેલાં બે ઘુંટ પાણી પી લો. પછી આપણે જમી લઈએ. ત્યાર બાદ શું થયું એ આખી વાત તમે જ મને કરજો. એટલે મનનો ભાર થોડો હળવો થાય."

બધાએ ચૂપચાપ જમી લીધું. પછી ડ્રૉઇંગરૂમમાં આવ્યાં અને રીના સોફા પર બેઠી એવી જ મેઘા એના પગ પાસે નીચે બેસી ગઈ અને બે હાથ રીનાના પગ પર ટેકવીને બોલી, "હવે મને વાત કરો ભાભી શું થયું હતું?"

રીનાએ ધીમે ધીમે કહેવા માંડ્યું, "નાની
    દીકરી

સીમા ગર્ભવતી થઈ એટલે ફોઈએ એને પાંચમાં મહિને જ પિયર બોલાવી લીધી હતી એનું એટલું ધ્યાન રાખતા હતા કે, બધું જ કામ જાતે કરતાં. બહારથી કોઈને પણ કામ કરવા બોલાવતા નહીં. એમનો માણસ તો એપ્રિલ મહિનાથી જ જેવી સરકારે રાજ્યોની સીમાબંધી કરી એવો જ એના સાથીઓ સાથે ચાલતો રાજસ્થાન જતો રહેલો. ફોઈએ બહુ ના પાડેલી કે સીમાને સૂવાવડ આવવાની છે અને સમય કેટલો ખરાબ ચાલે છે તું થોડા મહિના પછી જજે. હું બહારથી કેવી રીતે કોઈને બોલાવી શકીશ?" એટલે કહે કે "મારા ઘેર બધાં મારી બહુ ચિંતા કરે છે. મારી મમ્મીના ફોન ઉપર ફોન આવે છે.સ્નેહાબહેનને બોલાવી લેજો. પણ મારાથી રોકાવાય એવું નથી. મારા મા-બાપ ચિંતા ના કરે?" એ લોકોને સમજણ ઓછી પડે પણ ટી.વી. પર આવતા સમાચારોથી ગભરાઈ જાય છે. ફોઈ બોલી શકેલાં નહીં. આવા ફફડાટના સમયમાં કોને શું કહેવું? સ્નેહા દરરોજ ફોન પર વાત કરતી. પાંચ વર્ષનો આર્યન માસી અને નાના-નાનીને મળવાની બહુ જીદ કરતો. પણ ફોઈ તો ના જ પાડે. પહેલો અનલોક તબક્કો શરૂ થયો અને બીજા અઠવાડિયે ચાર વાગ્યા સુધી બહાર નીકળવાની છૂટ મળી. મનીષકુમાર તો પહેલા અઠવાડિયામાં બે-ત્રણ વાર બહાર ગયેલા અને પછી ચાર વાગ્યા સુધી પણ જતા હતા. ત્રીજે દિવસે આર્યને ખૂબ જીદ કરી એટલે સ્નેહાનો ફોન આવ્યો કે એ લોકો અધી કલાક માટે પણ ત્રણ વાગ્યે આવશે. ફોઈનું મન તો ઘણું કચવાયું પણ બોલી શક્યાં નહીં. ત્રણેય જણ માસ્ક પહેલીને આવ્યા હતા. આર્યનને સીમા પાસે તો જવા પણ ના દીધો. દૂર સોફા પર બેઠાં હતાં. ફોઈએ ચા મૂકી એ પીને ત્રણે જણ અધી-પોણો કલાકમાં જતા રહેલાં પણ બીજે દિવસે મનીષકુમારને તાવ આવ્યો અને એ દિવસે ટેસ્ટ કરાવ્યો તો કોવિડ પૉઝિટિવ આવ્યો. એવો તો ફફડાટ વ્યાપી ગયો. દર્દી છેલ્લા થોડા દિવસોમાં જેટલાને પણ મળ્યો હોય એ બધાનો ટેસ્ટ કરાવવો પડે. સ્નેહા અને આર્યનના ટેસ્ટ નેગેટિવ આવ્યા પણ ફોઈ-ફુઆનો ટેસ્ટ પૉઝિટિવ આવ્યો. સીમાનો ટેસ્ટ નેગેટિવ હતો એને એનો પતિ એના ઘરે લઈ ગયો. ફોઈ-ફુઆને ક્વૉરેન્ટીન કરવામાં આવ્યા. ફોઈને તો ખાસ અસર નહોતી, પણ ફુઆને તાવ ઊતરતો નહોતો. ફુઆનો સી.ટી. સ્કેન રિપોર્ટ સારો આવ્યો નહીં એટલે હૉસ્પિટલમાં દાખલ કરવામાં આવ્યા. ત્યાં પણ તબિયત

બગડવા માંડી અને એક-એક અંગો કામ કરતા બંધ થવા માંડ્યા. ઓક્સિજન લેવલ પણ સાવ નીચું જતું રહ્યું હતું. અને બે દિવસામાં તો મારા ફુઆ આ ફાની દુનિયાને છોડીને ચાલ્યા ગયા."

રીના ફરીથી ધ્રુસકે ધ્રુસકે રડી પડી. મેઘાની આંખમાંથી પણ આંસુ વહેવા માંડ્યા. દેવભાઈએ વાત પૂરી કરવા કર્યું, "સૌથી મોટી કરુણતા તો એ થઈ કે એમનું મોઢું પણ કોઈ જોઈ શક્યું નહીં. એ લોકો એક જ જણને દૂરથી મોઢું જોવાની રજા આપે છે અને હોસ્પિટલવાળા જ અગ્નિ સંસ્કાર કરી નાખે છે. તમે તમારા સ્વજનની ક્યાં અને કેવી રીતે અંતિમ ક્રિયા થઈ એ જાણી પણ ના શકો. ફોઈ કે એમની બે દીકરીઓ અને એક જમાઈને તો જવાનો પ્રશ્ન જ નહોતો. ફક્ત સીમાનો પતિ જઈ શક્યો. એને પણ દૂરથી જ ફક્ત ચેહરો જ ખુલ્લો રાખીને બતાવવામાં આવ્યો હતો."

"મારા ફુઆને નખમાં પણ રોગ નહોતો અને કોરોના કાળ બનીને ત્રાટક્યો અને ફુઆનો જીવ લઈ લીધો. હજી પણ મારા મમ્મી-પપ્પા ફોઈ પાસે જઈ શક્યા નથી. અરે, મમ્મી-પપ્પા શું કોઈ પણ જઈ શક્યું નથી. ત્રણ દિવસ પછી પંદર દિવસ થશે ત્યારે વારાફરથી જઈ શકાશે." રીના ઢીલી થઈ ગઈ હતી. થોડી વાર બેસી અને બધા સૂવા માટે જવા ઊભાં થયાં.

વડોદરાના રૂમમાં પલંગ પર બેસીને મેઘા વિચારવા માંડી હે ભગવાન! કેવો સમય આવ્યો છે. કોરોના કોણ જાણે કેટલાનો ભોગ લેશે? હોસ્પિટલો કોરોના પેશન્ટોથી ઊભરાતી હતી. વડાપ્રધાન શ્રી નરેન્દ્ર મોદીના રાષ્ટ્ર જોગ પ્રવચનો, માસ્ક પહેરી રાખવાની અને ડિસ્ટન્સ જાળવવાની અપીલ, કોઈ પણ વસ્તુનો સંગ્રહ કરવાની પણ ના પાડતા હતા. પણ લોકો સમજે! જ્યાં જુઓ ત્યાં રઘવાયા થઈને દોડતા જ માણસો મળે. એમાં પણ પાછ નાનાનાં સમાચાર આવ્યા અને મેઘા અહીં આવતી રહી. આવતીકાલે રિયાને ફોન કરશે એમ વિચારીને સૂઈ ગઈ. હજી અશક્તિ તો હતી જ. એને ઊંઘ આવી ગઈ.

મેઘા સવારે વહેલી ઊઠી ગઈ, એનું નર્સીંગ કીટ લઈને આવી હતી. હાથમાં ગ્લોવ્ઝ, શૂઝ, લાંબા મોજા, પી.પી.ઈ.કીટ, વાળની કેપ, માસ્ક અને આગળ પહેરવાનું શિલ્ડ બધું જ પહેરીને ચા લઈને નાના પાસે ગઈ. નાના એને જોઈને ખુશ થઈ ગયા, "અરે વાહ, મારી દીકરી તો મંગળ ગ્રહ પરથી દેવદ્દત બનીને આવી છે." બંને જણા હસી પડ્યાં. પહેલાં તો મેઘાએ એમનો તાવ માપ્યો. તાવ તો નહોતો. પછી ચા પીવડાવી એમને નહાવા મોકલ્યા. નાના નાહીને નીકળ્યા ત્યાં સુધીમાં ચાદર-ગલેફ બદલી નાખ્યા. બધું લૂછી નાખ્યું અને વ્યવસ્થિત મૂકી દીધું. પછી એમની સાથે થોડી વાર બેઠી અને કહ્યું, "હવે તમે આરામ કરો, હું પાછી જમવાનું લઈને આવીશ."

"ના ના બેટા જરૂર નથી, તું કોઈની સાથે ઉપર મોકલી દેજે. દસ મિનિટ માટે પણ તારે પાછાં આ બધાં વાઘા પહેરવા પડશે."

"વાંધો નહીં, મને તો ટેવ છે." કહીને એ નીચે આવી. નાહી-ધોઈને તૈયાર થઈ એટલે નાનીએ સુજાતા બહેનને ફોન કર્યો. એમણે ફોન લીધો એટલે નાનીએ વાત ચાલુ કરી.

"મારી દોહીત્રી આવી છે, અમદાવાદથી. ડૉક્ટર છે, અમદાવાદની હોસ્પિટલમાં ફરજ બજાવે છે. તે હમણાં થોડા દિવસ રહેવાની છે. એ પણ કોરોનામાંથી હમણાં જ બહાર આવી છે. મેં એને કહ્યું, ચાલ તને એક ગમે એવી વ્યક્તિ સાથે વાત કરાવું." નાનીએ મેઘાને ફોન આપ્યો.

મેઘાએ ફોન લઈને "કેમ છો?" કહીને વાત શરૂ કરી.

સુજાતાબહેને વાત શરૂ કરી, "કેમ છે, મેઘા?" નાની કહે છે તું હમણાં જ કોરોનામાંથી બહાર આવી છે મને પણ ગયા મહિને જ કોરોના મળીને ગયો. એટલે આપણે બે સેઇફ છીએ. વળી, ઘરમાં કંટાળી છું અત્યારે તો કોઈ આવતું પણ નથી. ઘરના કામ હું જાતે જ કરું છું. એક કામ કર, તું માસ્ક પહેરીને મારા બંગલે આવ. આપણે ગાર્ડનમાં સામસામે થોડું

અંતર રાખીને બેસીશું. નાની હા પાડે તો આવ."

"ભલે, હું આવુ છું." મેધાએ નાનીને પૂછ્યું અને કહ્યું, "નાની મને વાંધો નહીં આવે, તમે હા કહો તો હું જાઉં."

નાની મૂંઝાયા. "મને તો શું વાંધો હોય? જવાય એવું હોય તો જા. નહીં વાંધો આવે. સોસાયટીના ઝાંપે તો જવાનું છે."

માસ્ક પહેરી મેધા બહાર નીકળી. સોસાયટીની તો એ એકદમ પરિચિત હતી. સોસાયટીમાં નિરવ શાંતિ હતી. ખાસ અવરજવર હતી નહીં, કામે જવાવાળા તો બધાં નીકળી ગયા હોય. સામેથી એક સ્કૂટર આવતું દેખાયું. બુકાની, માસ્ક અને ગોગલ્સ પહેરેલી છોકરીએ મેધા તરફ આવતા સહેજ ધીમું પાડ્યું પણ માસ્ક પહેર્યું હોય એટલે ખ્યાલ આવે નહીં. માટે પાછું ઝડપથી આગળ હંકારી ગઈ. મેધાને એની હોસ્પિટલ યાદ આવી ગઈ. એ પણ આવી રીતે જ દરરોજ જૉબ પર જતી હતી. એક વાર એનાં ફ્લેટના કમ્પાઉન્ડમાં જેવી દાખલ થઈ એની મમ્મી ચાલતી જતી હતી. મમ્મી પાસે ઝડપથી લઈ જઈને ઊભું રાખ્યું, "બેસી જા મમ્મી." એક ક્ષણ માટે નયનાબહેન ગભરાઈ ગયાં હતાં અને પછી હસી પડ્યાં હતાં. આમ ડાકુરાણીના વેશ કાઢીને ફરો છો તો કેવી રીતે ઓળખવાં? વિચારોમાં સુજાતાબહેનનું ઘર આવી ગયું હતું. પટેલકાકાના બંગલે તો નાની હતી ત્યારે કેટલીવાર આવી હતી. વેકેશનમાં આવે એટલે આનંદ સાથે રમવા આવતી. ક્યાં તો એ અહીંયાં હોય ક્યાં તો આનંદ નાનીનાં ઘરે હોય. પત્તા રમતા, સાપસીડી રમતા, ઘણી સાંજ સોસાયટીના બાળકો સાથે થપ્પો કે લંગડી રમવામાં જતી. કેટલું નિર્દોષ બાળપણ હતું. રમવાનું, ખાવાનું અને અગાસીમાં ઊંઘી જવાનું. કાચી કેરીની ચીરીઓ પર મીઠું ભભરાવીને ખાવાની કેવી મજા આવતી અને સાંજ પડે એટલે સોસાયટીની બહાર વીરમલનો બરફનો ગોળો તો હજી મેધાને યાદ આવી જાય છે. પણ હવે તો પોતે જ ડૉક્ટર હોય એટલે કેલેરીનો ખ્યાલ રાખવો પડે, નરી ખાંડ રોજ ખવાય? થોડી ક્ષણો એણે બહાર ઊભા રહીને બાળપણની યાદો માણી. રસ્તા પર એક ગાડીના હોર્નથી એની તંદ્રા તૂટી. એણે અંદર જઈને બેલ

માથી.

સુજાતાબહેને બારણું ખોલ્યું, પ્રથમ નજરે જ મનને ગમી જાય તેવું તેમનું વ્યક્તિત્વ હતું. લીલી મોટી બોર્ડરનો આછાં બદામી રંગનો કલકત્તી સાડલો પહેર્યો હતો. ઊંચાઈ પણ સપ્રમાણ હતી. દેહાકૃતિ અત્યંત આકર્ષક હતી. લંબગોળ ચહેરો, કપાળમાં મોટો લાલ ચાંદલો અને મોટી મોટી આંખો એમનાં સૌંદર્યમાં વધારો કરતાં હતાં. યુવાનીમાં તો આ બહેન સૌંદર્યની સામ્રાજ્ઞી હશે, એવો વિચાર મેઘાના મનમાં આવી ગયો. જો કે ઉંમરની ખાસ અસર અત્યારે પણ એમના ચહેરા પર દેખાતી નહોતી. પચાસ વર્ષની આસપાસ હશે તેમ લાગ્યું, મેઘા પ્રભાવિત થઈ ગઈ.

"આવ, અંદર આવ મેઘા."

સુજાતાબહેને આવકારી, ડ્રૉઇંગરૂમમાં બેસાડી અંદર ગયાં અને પાણીના બે ગ્લાસ અને માસ્ક લઈને આવ્યા. માસ્ક પહેરીને કહ્યું "ચાલ આપણે બહાર વરંડામાં બેસીએ, ત્યાં તડકો આવતો નથી." એમણે પાણીની ટ્રે હાથમાં લઈ લીધી અને બંને જણ બહાર આવ્યાં. પોતે ખુરશી પર બેઠાં અને મેઘાને હીંચકા પર બેસવાનું કહ્યું. મેઘા બેઠી એટલે પાણીનો ગ્લાસ ધર્યો. મેઘાએ ના પાડી એટલે પાછો ટ્રેમાં મૂકીને ઢાંકી દીધો અને ખુરશી પર બેસીને વાત શરૂ કરી, "બોલ મેઘા શું ચાલે છે? આપણે પહેલી વાર મળીએ છીએ. જો કે મને અહીં આવે આઠ વર્ષ થયાં. નયનાબહેનને હું બે-ત્રણવાર મળી છું. એમને તારા જેવી સુંદર દીકરી છે એવો ખ્યાલ નહોતો. તું બહુ સુંદર લાગે છે મેઘા."

મેઘા થોડી શરમાઈ પણ એણે પૂછ્યું, "તમે અહીં શું પ્રવૃત્તિ ચલાવો છો સુજાતાબહેન? તમે પણ ખૂબ સુંદર છો. નાની કહેતા હતા તમે ખૂબ સારું કામ કરો છો."

"તું મને ફક્ત બહેન કહીશ તો ચાલશે. આમ પણ બધાં મને અહીં બહેન જ કહે છે." બંને એકબીજા સામે જોઈને હસી પડ્યાં.

સુજાતાબહેને મેધાને કહ્યું, "તારે જ્યારે અહીં આવવું હોય ત્યારે આવી શકે છે. એમાં તારે કોઈ પ્રવૃત્તિ કરવી જરૂરી નથી. આપણે સાથે બેસીને વાતો કરીશું."

"મોહનભાઈ અને શારદાબહેને મારા મા-બાપ હોવાની ગરજ સારી છે. હું અહીં એકલી જ આવી અને બંગલામાં થોડો ફેરફાર કરાવ્યો. પપ્પાએ બંગલો ખરીદ્યો અને મને મૂકવા આવેલા. પછી આવ્યા નથી. હું વર્ષમાં એક વાર જઈ આવું છું મુંબઇ. એટલે બંગલામાં કામ ચાલતું હતું ત્યારે હું એમની સાથે જ જમતી હતી. એ પછી પણ મારે કંઈ પણ કામ હોય તો હંમેશાં પડખે ઊભા રહે છે. મને ક્યારેય એકલું લાગવા દીધું નથી. અત્યારે સવારે 11 વાગ્યાથી સાંજે 6 વાગ્યા સુધી 30 વર્ષની યુવતીઓથી માંડી 70 વર્ષના બહેનો આવે છે. અહીં સર્જનાત્મક લેખન, ચિત્રકામ, ભરતગૂંથણ અને કમ્પ્યૂટર કોર્સ એમ ત્રણ વિભાગના ત્રણ મોટા રૂમો કરેલાં છે. કોઈને પોતાને ગમતી પ્રવૃત્તિ કરવી હોય તો પોતાના સમયે આવી શકે છે. સવારે 11 થી 2 અને બપોરે 3 થી 6, એમ બે બેચ રાખી છે. સંસ્થા મેઇન્ટેન થાય એવી નોમિનલ ફી રાખી છે, જેથી મફત સમજીને કોઈ સમય બગાડવા આવે નહીં. જેને જે સમય ફાવે એ સમયમાં આવી શકે છે. શનિ-રવિ અને જાહેર રજાને દિવસે બંધ હોય. શનિવારે સાંજે 4 થી 7 આજુબાજુનાં શ્રમજીવી બાળકો આવે છે. લગભગ પંદર બાળકો છે. એમને માટે એક નિવૃત્ત શિક્ષક પુરુષોત્તમભાઈ આવે છે. જે બાળકોને સુંદર વાર્તાઓ કહે અને સામાન્ય જ્ઞાન આપે. બાળકોને બહુ મજા આવે છે. રવિવારે સવારે કમાટીબાગ ચાલવા જાઉં છું. થોડી વાર ત્યાં બેસું છું પણ ખરી. હવે ચાલવા પ્રત્યે લોકો જાગ્રત થઈ ગયા છે. દરેક ઉંમરના સ્ત્રી-પુરુષો ત્યાં જોવા મળે. અહીં બહેનો એકબીજા સાથે હળેમળે અને કંઈક શીખીને પોતાનો વ્યવસાય શરૂ કરી શકે. વળી એકબીજા સાથે ઓળખાણ થાય અને પોતાની આવડતનું આદાન-પ્રદાન થાય, વળી મિત્રભાવ પણ કેળવાય એવો આ સંસ્થાનો આશય છે. ત્રણે વિભાગમાં માર્ગદર્શન આપી શકે એવા એક એક માર્ગદર્શક શિક્ષક રાખેલા છે. મારે પૈસાની ખોટ નથી. સંસ્થાનું નામ સદ્ભાવના કેન્દ્ર છે. અત્યારે તો કોરોનાને

લીધે કોઈ આવતું નથી. પણ અનલોક-2 પતશે પછી થોડા થોડા આવવા માંડશે એવું લાગે છે.”

મેધા ખરેખર પ્રભાવિત થઈ ગઈ હતી. “તમે તો ઘણું કામ કરો છે. કેટલું વ્યવસ્થિત બધું ગોઠવી દીધું છે. તમે ચાલવા ફક્ત રવિવારે જ જાઓ?”

“હા, દરરોજ તો હું ઘરમાં ટ્રેડ મિલ વસાવ્યું છે એની ઉપર જ ચાલી લઉં છું.” એ હસી પડ્યાં!

મેધાએ કહ્યું, “અત્યારે તો જમવાનો સમય થઈ ગયો છે નાની રાહ જોતા હશે. પણ હું કાલે ચોક્કસ આવીશ. મારે તમારા ત્રણેય વિભાગ જોવા છે.”

સુજાતાબહેન ખુશ થઈ ગયાં, “ચોક્કસ આવજે હું રાહ જોઈશ.”

મેધા ઘરે આવી. નાની રાહ જ જોતાં હતાં. નાનાને જમવાનું ઉપર મોકલી દીધું હતું. નાનાએ જ કહ્યું હતું કે “અત્યારે મેધાને ધક્કો નથી ખવડાવવો. સાંજે મોકલજો એટલે થોડી વાતો પણ થાય.” નાની અને મેધાએ જમી લીધું. મેધાએ જમતાં જમતાં નાનીને પૂછ્યું, “નાની, સુજાતાબહેન કેમ એકલાં રહે છે? પરણ્યા નથી? કેટલા સુંદર અને પ્રભાવશાળી છે!” નાની બોલ્યાં, “એકલાં જ અહીં આવ્યા છે. આમ મુંબઈના છે. એકાદ વાર મેં પૂછ્યું હતું તો કહે કે ‘હું એકલી રહેવા માટે જ અહીં વડોદરા આવી છું.’ દરેકના ભાગે પોતાની જિંદગી પોતાની નિયતિ પ્રમાણે જીવવાની હોય છે. દરેકને પોતાના આઘાત-આનંદ અને પોતાની વિચારસરણી હોય છે. એમ વિચારીને મેં આગળ પૂછ્યું નહોતું.” વાતો-વાતોમાં જમી લીધું. નાની એ કહ્યું, “હવે તું આરામ કર.” મેધા રૂમમાં આવી. એ ફોન સાથે લઈને નહોતી ગઈ. જોયું તો ચાર રિયાના અને છ નિખિલના મીસ કૉલ હતા. એનું મન દોઢ મહિના પહેલાના સમયમાં જતું રહ્યું.

સોનેરી સવારનું સોનલવર્ણુ કિરણ બારીમાંથી રૂમમાં દાખલ થયું અને

મેઘાનું વદન ચમકી ઊઠ્યું. મેઘાએ આંખો ખોલી અને આળસ મરડી. એ ધીમેથી બેઠી થઈ. બે હાથ જોડી મનોમન પ્રાર્થના કરી અને પલંગ પરથી ઊભી થઈ. એ.સી. બંધ કર્યું. મે મહિનો ચાલતો હતો, કાળઝાળ ગરમીના દિવસો હતા. એમાં પાછો કોરોનાનો કહેર! કોરોનાએ આખા વિશ્વને પકડમાં લઈ લીધું હતું. લોકોએ ક્યારેય સાંભળી કે અનુભવી ના હોય તેવી બિમારી સાથે બધાં એ સાથે મળીને લડવાનું હતું.

મેઘા 26 વર્ષની, પાતળો બાંધો, મોહક ચહેરો અને લાંબા વાળ ધરાવતી સુંદર યુવતી હતી. સિવિલ હોસ્પિટલમાં કાર્ડિયોલૉજી વિભાગમાં ડૉક્ટર તરીકે ફરજ બજાવતી હતી. માર્ચ મહિનાથી કોરોનાના કેસ આવવા માંડ્યા હતા. ડૉક્ટરો, નર્સો, વૉર્ડબૉય, સફાઈ કામદારો- બધા જ સાથે મળીને પેશન્ટોની સારવારમાં વ્યસ્ત હતા. પેશન્ટોની સંખ્યા વધતી જતી હતી. મેઘા પણ કોરોના વૉરિયર્સના જૂથમાં જોડાઈ હતી. એવામાં એક દિવસ મેઘાને તાવ આવ્યો. તેણે ડૉ. શ્રીવાસ્તવને વાત કરી. ડૉ. શ્રીવાસ્તવ વૉર્ડના ચીફ કાર્ડિયોલૉજિસ્ટ હતા. તેમણે મેઘાનો બ્લડ ટેસ્ટ કરાવ્યો તો તે કોરોનાની ઝપટમાં આવી ગઈ હતી. બધાં રિપોર્ટ સાંભળીને ફફડી ગયા. ઘરમાં દેવભાઈ, રીનાભાભી, બે વર્ષની રીંકી અને 60 વર્ષ આસપાસના નિવૃત્ત મમ્મી-પપ્પા હતા. વૃદ્ધ તો ના કહેવાય પણ સિનિયર સીટીઝન તો હતા જ, કરવું શું? ચેપ ક્યાંથી આવ્યો હશે? તે દરરોજ ઘેરથી જ આવતી હતી અને ફ્લેટના બિલ્ડીંગમાં તો 25મી માર્ચથી જ છૂટક કામ કરવાવાળા ધોબી, ફેરિયાઓ, દૂધ આપી જનારા વગેરે તમામ લોકોની પ્રવેશબંધી કરવામાં આવી હતી. કોઈના ઘેર 24 કલાકનો માણસ હોય તો ઠીક, નહીંતર મોટાભાગના ઘરોમાં હાથે કામ કરવું પડતું હતું. મેઘા જેવા સેવા-સારવારના કાર્યો અથવા સમાજસેવાના કાર્યોમાં જોડાયેલાં, ગણ્યાગાઠ્યા લોકો પાસે જ પાસ હતા. બાકી તો બધા જ લૉકડાઉનમાં હતા. એટલે હોસ્પિટલમાં જ ચેપ લાગ્યો હોવો જોઈએ એમાં કોઈ શંકા નહોતી.

મેઘાએ હોસ્પિટલમાં સારવાર લેવી એવો નિર્ણય લેવાયો. ઘરનાં બધાને ક્વૉરેન્ટીન કરવામાં આવ્યાં. મા-બાપનો જીવ બળી ગયો.

દીકરી હોસ્પિટલમાં અને પાછું જવાય પણ નહીં. ભાઈ-ભાભી પણ શું કરે? એમને બે વર્ષની બાળકીની ચિંતા વધારે હતી. આટલું નાનું બાળક એને કંઈ થઈ જશે તો? વળી, રીનાભાભીને પણ છઠ્ઠો મહિનો જતો હતો. અડોશ-પડોશમાં પણ ગભરાટ ફેલાઈ ગયો. લોકો જાણે એમના ઘર તરફ નજર કરતા પણ ગભરાતાં હતાં. જાણે એમને પણ કંઈક થઈ જશે તો? ચિંતાનું આવરણ તો હતું જ પણ સાથે સાથે અજ્ઞાનનું પણ. લોકોને માસ્ક પહેર્યાં વગર બહાર નીકળવાની બીક નહોતી લાગતી જેટલી કોઈ કોરોના દર્દીના ઘર તરફ નજર નાખતા બીક લાગતી હતી.

મેઘા માટે એની જ હોસ્પિટલમાં આઇસોલેશન વૉર્ડમાં એક રૂમ ફાળવવામાં આવ્યો. એને તાવ પણ હતો અને ખાંસી પણ આવતી હતી. પહેલાં દિવસે તો એ સૂનમૂન થઈ ગઈ. મેઘા આમ તો ઘણી ડાહી હતી. સ્વભાવે પણ શાંત હતી. મમ્મી-પપ્પાની લાડકી દીકરી હતી. ભાઈ-ભાભી સાથે પણ એમની ઇચ્છ પ્રમાણે ગોઠવાઈ જતી. ક્યારેય પોતાનું મહત્ત્વ છતું કરીને પોતાનું ધાર્યું કરતી નહીં. ભાઈ-ભાભી પણ એનાં પર વહાલ રાખતાં. જ્યાં જાય ત્યાં બધાને વહાલી લાગતી. એનો પહેલો દિવસ સૂનમૂન પસાર થઈ ગયો પણ પછી એણે સંજોગોનો સ્વીકાર કરીને મન મનાવી લીધું અને મનોમન નક્કી પણ કર્યું કે 'પોતે જલદી સાજી થઈ જશે અને પોતાની ફરજ ઉપર હાજર પણ થઈ જશે.'

આઇસોલેશન વૉર્ડ ઘણો મોટો હતો. ચાર રૂમ સ્પેશિયલ (એક ખાટલાવાળા) એનાથી મોટા ત્રણ રૂમમાં બે-બે ખાટલા હતા અને એનાથી મોટા બે રૂમ હતા (જનરલ વૉર્ડ) એમાં છ-છ ખાટલા હતા. બધા જ ખાટલા ભરેલા હતા. પણ અહીં કોઈને આવવા-જવાની પરવાનગી નહીં હોવાથી પ્રમાણમાં શાંતિ રહેતી. કેવળ હોસ્પિટલના માણસો અને ડૉક્ટરોની અવરજવર રહેતી. બપોરના સમયે જમીને એ પુસ્તક વાંચી રહી હતી. ત્યારે બાજૂના રૂમમાંથી બે ભાઈઓ ઉગ્ર અવાજમાં દલીલો કરી રહ્યા હતા. એક અવાજ તો ડૉ. શ્રીવાસ્તવનો હતો, બીજો રૂમમાં રહેલા પેશન્ટનો હોવો જોઈએ. મેઘાએ અનુમાન કર્યું, દલીલો સ્પષ્ટ સંભળાતી હતી. ડૉક્ટર ગરમ હતા. "મેં તને સ્પષ્ટ

ના પાડી હતી, દરિયાપુરના કન્ટેન્ટમેન્ટ ઝોનમાં જવાની, તું શું કામ ત્યાં ગયો?"

"મારી ફરજનો એક ભાગ હતો, ત્યાંની એક પોળમાં દૂધ-શાક-અનાજ પહોંચ્યા નહોતા અને અધૂરામાં પૂરું એ દિવસે પાણી પણ આવ્યું નહીં."

"એન.જી.ઓ.માં કામ કરતા કરતા તું તારી જાતને પણ સંભાળી ના શકે એવી ફરજ અને ભણતરને શું કરવાના?"

"જવું પડે ત્યાં તો જવું જ પડે ને, માસ્ક, શિલ્ડ અને ગાઉન પહેરેલા હતા અને સેનેટાઈઝરની બાટલી પણ ખીસામાં જ હતી. મેં સાંભળ્યું છે કે બાજુમાં તમારા જ વોર્ડની ડૉક્ટર છે, જેનો કોરોના ટેસ્ટ પોઝિટિવ છે."

થોડી દલીલો ચાલી હશે અને ડૉ. શ્રીવાસ્તવ ત્યાંથી ચાલ્યા ગયા હોય એમ લાગ્યું. લોકો પણ કેટલા પંચાતિયા હોય છે. કોઈક સ્ટાફના માણસે એ પેશન્ટને કહ્યું હશે ત્યારે ને? એ મનમાંને મનમાં અકળાઈ. ત્યાં જ બાજુવાળો પેશન્ટ બાલ્કનીમાં આવ્યો એના મોઢા પર વ્યગ્રતા દેખાતી હતી. બંનેની નજર એક થઈને પાછી વળી ગઈ. એ કઠેડા પર હાથ ટેકવીને રસ્તા પર જોવા માંડ્યો. રસ્તા સૂમસામ હતા. દૂરદૂર સુધી કોઈ દેખાતું ન હતું. બધી દુકાનો બંધ હતી ફક્ત સવારે અગિયાર વાગ્યા સુધી ખૂલ્લી રહેલી દુકાનોની બહાર સોશિયલ ડિસ્ટન્સ જાળવવા થોડા થોડા અંતરે મૂકેલા અથવા ચિતરેલા ગોળ નિશાનો દેખાતા હતા. બધાએ એ જ નિશાન ઉપર ઊભા રહેવું પડે. ઘણાં તો બીચારા થાકી જતા. ખરીદવામાં કલાક તો થઈ જ જતો. ભલેને એક જ વસ્તુ લેવાની હોય. રીક્ષા, સાયકલ કે ગાડીનું નામોનિશાન નહોતું. બસો તો બંધ જ હતી. ક્યાંક ક્યાંક ઇમરજન્સી હોય ને નીકળવું પડે એવી ગાડીઓ પસાર થઈ જતી હતી. લૉકડાઉનની અસર જડબેસલાક હતી. મેઘાને અંદર જવાનું મન થઈ ગયું પણ કોણ જાણે કેમ પગ ઊપડ્યા નહીં. થોડી વાર નિઃશબ્દ મૌન પથરાઈ રહ્યું. છેવટે યુવકે મૌન તોડ્યું, "હૉસ્પિટલના સ્ટાફમાંથી એક જણને કોરોના પોઝિટિવ આવ્યો છે, એ તમે છો?"

"હા." મેઘાએ એકાક્ષરી જવાબ આપ્યો.
"તમારું નામ શું છે?"
"મેઘા."
"વાહ સુંદર નામ છે ! તમારા જેવું જ." મેઘા શરમાઈ ગઈ.
"તમારું નામ?"
"નિખિલ."

"મારું નામ નિખિલ છે. મેં એમ.બી.એ. કર્યું છે. હું ઇન્ટરનેશનલ કંપનીમાં જૉબ કરું છું અને મારી કંપની એન.જિ.ઓ. ચલાવે છે. એમાં સર્વીસ આપું છું."

મેઘા અકારણ જ પ્રભાવિત થઈ ગઈ. નિખિલ મોહક વ્યક્તિત્વ ધરાવતો 29 વર્ષની આસપાસની ઉંમરનો યુવક હતો.

"ડૉ. શ્રીવાસ્તવ તમારા શું થાય?" મેઘાએ પૂછ્યું

"તેઓ મારા મોટાભાઈ છે. અમે બંને ભાઈઓ અમારા કામને સમર્પિત છીએ. મારો ટેસ્ટ પૉઝિટિવ આવ્યો એટલે એ અપસેટ થઈ ગયા છે."

બંને જણાએ થોડી વાતો કરી અને પોતા-પોતાના રૂમમાં આવી ગયાં. બંને એકબીજા પ્રત્યે આકર્ષાયા હતાં. આમ તો મેઘા હૉસ્પિટલમાં પોતાના કામમાં ઘણી વ્યસ્ત રહેતી. રિયા સિવાય કોઈનીય સાથે આડી-અવળી વાતો કરતી નહીં. એ ભલી અને એનું કામ ભલું. આજે મોકળાશના સમયમાં અજાણ્યા પુરુષ સાથે થયેલી સૌમ્ય વાતચીત એના મનમાં ઊંડી ઊતરી ગઈ હતી.

બીજા દિવસે સવારે હૉસ્પિટલની નર્સ બ્લડ ટેસ્ટ માટે લોહી લેવા આવી અને બારણું ખખડાવ્યું ત્યારે મેઘા સફાળી બેઠી થઈ ગઈ. દરરોજ વહેલી ઊઠી જનારી એ, આજે ઊંઘી ગઈ હતી. એને રાત્રે બહુ ઉધરસ આવતી હતી એટલે ઊંઘ પૂરી થઈ નહોતી. ઊઠી એવી જ પાછી ઉધરસ

ચડી. ખાંસતા ખાંસતાં એણે બારણું ખોલ્યું, નર્સ સ્મિત આપતી અંદર આવી અને કહ્યું,

"આજે કેમ ખખડાવવું પડ્યું?"

"મને આજે ઉધરસ બહુ આવે છે. ઊંઘ પૂરી થઈ નથી અને અશક્તિ પણ લાગે છે."
મેઘાએ જવાબ આપ્યો અને ઉમેર્યું કે "કાર્ડિયાક વોર્ડમાં નર્સ રિયાને મેસેજ મોકલજો ને કે ઘેર જતા પહેલાં મને મળવા આવે."

"ઓ.કે." કહીને નર્સ ચાલી ગઈ. ત્યાં જ ચા-નાસ્તો આવ્યા એને ન્યાય આપી એ બાથરૂમમાં ગઈ. નિત્યક્રમ પતાવીને, એ તૈયાર થઈને બહાર આવી ત્યારે રૂમ ચોખ્ખો થતો હતો. પલંગની ચાદર બદલાઈ ગઈ હતી. એટલે એ પલંગ પર જ બેસી ગઈ. ટી.વી.માં આવતા સમાચાર ચાલુ કર્યાં. છાપાં તો મહિનાથી આવતા જ નહોતા.

સમાચાર એના એ જ હતા. રોગનું સંક્રમણ વધતું જતું હતું. દર્દીઓમાં સતત વધારો થઈ રહ્યો હતો. લોકોમાં ભય અને ગભરાટ વ્યાપી ગયા હતા. દરેક જણ પોતપોતાના ઘરમાં કેદ હતા, કોઈને ગમે કે ના ગમે, લૉકડાઉન વન જાહેર થયું ત્યારે તો બધાને 'શું કરીશું, શું કરીશું' થઈ ગયું હતું. ઘણાં તો ભારે વ્યસ્તતાના કારણે ઘરમાં સમય જ નહોતા આપી શકતા એટલે ફરજિયાત ઘરમાં પત્ની, મા-બાપ, અને સંતાનો સાથે રહેવાનો અવસર પ્રાપ્ત થયો તેને ઉત્સવની જેમ માણ્યો. આનંદ પણ અનુભવ્યો. પણ જેમ જેમ લૉકડાઉનની અવધિ વધતી ગઈ, એમ આનંદ ઓસરતો ગયો. રોજ બહારની વાનગીઓ ખાવાની ટેવ પડી ગઈ હોય એવો સ્ત્રીવર્ગ અને યુવાવર્ગ ઓછો નહોતો. આમ પણ થાય શું? કોઈના હાથની વાત તો હતી નહીં. પછી તો સમય 'બડા બલવાન'ની જેમ લોકો ટેવાવા માંડ્યા. ઘરમાં દરેક વ્યક્તિઓએ જે કામ પોતાનાથી થઈ શકે તે માથે લઈ લીધું. બા-દાદાજી બીચારા આખો દિવસ ખૂણામાં બેસીને માળા ગણ્યા કરતા હોય એમને માટે તો કાયમ ક્વૉરેન્ટીન પિરિયડ જ હતો એમના દિવસો ચોક્કસ ફર્યા. બાની

મદદ લઈને ઘરમાં જાતજાતની દેશી વાનગીઓ બનવા માંડી અને સંતાનો પણ બહારના પિત્ઝા-પાસ્તા કરતાં વધારે લહેજતથી હાંડવો, ખમણ, ઢોકળાં, સુખડી અને મગસ લહેજતથી ખાવા માંડ્યાં. બહારના કોચિંગ ક્લાસની દોડાદોડી બંધ થઈ એટલે દાદાજી મેદાનમાં આવ્યા. દાદાજીની વાતોમાં પોતા-પોતીઓને રસ પડવા માંડ્યો. નાના હોય એમને માટે દાદાજી ઘરમાં રમાતી ગેમ્સમાં કમ્પેનિયન બની જાય અને થોડા મોટા હોય તો એમને પ્રશ્નો પૂછવાની મજા પડી જાય. બા-દાદાજી તરફથી મળતો પ્રેમ આખા ઘરમાં ખુશીની લહેર ફેલાવીહ રહ્યો. વહુઓ પણ હોંશથી બા પાસેથી પરંપરાગત વાનગીઓ શીખી પણ ખરી. સમયને અનુકૂળ બીજા ઘણાં ફેરફારો થયા જે આજની પેઢીએ ક્યારેય અનુભવ્યા નહોતા. જો કે આની બીજી બાજુ પણ હતી કે લોકો ઘરમાં રહીને માનસિક ત્રાસ ભોગવતા હતાં. ખાસ કરીને મહિલાઓ હેરાન થતી હતી. પતિદેવ ઘરમાં હોય એટલે ફરમાઈશો ચાલુ જ હોય વળી બાળકો પણ ઘરમાં હોય એટલે થાય શું એમનો ગુસ્સો ઘરના વડિલો ઉપર ઉતરે. કયારેક વાતાતરણ ડહોળાઈ જતું હતું.

વિચારોની વણઝાર તો હજી પણ લાંબી ચાલત પણ મેઘાને ઝોકું આવી ગયું. ડૉ. દવે આવ્યા અને, "કેમ લાગે છે?" કહીને પલ્સ જોવા હાથમાં હાથ લીધો ત્યારે એ ઝબકી ગઈ.

તેણે કહ્યું, "આજે મને અશક્તિ લાગે છે, અને ઉધરસ પણ આવે છે."

બીજા-ત્રીજા દિવસે થોડી અસર વધારે હોય છે. પણ પલ્સ અને હાર્ટ-રેટ બરાબર છે એટલે વાંધો નહીં આવે. થોડીથોડી વારે ગરમ પાણી આપવાની અને દવાઓ તથા આહાર વિશે નર્સને થોડી સૂચના આપીને ડૉક્ટર ગયા. થોડી વારમાં મોબાઈલ રણકી ઉઠ્યો. ઘેરથી ફોન હતો. એણે ફોન લીધો એવો જ મમ્મીનો અવાજ આપ્યો,

"કેમ છે બેટા?" પૂછીને મમ્મી તો રડી જ પડી.

"સારું છે મમ્મી, તું બહુ ચિંતા ના કર. ઘેર બધાં કેમ છે?" થોડી થોડી વાર બધાં સાથે વાત કરી.

બિલ્ડીંગમાં બીજે માળે રહેતા સુમંતભાઈ ગઈકાલે ગુજરી ગયા હતા. જો કે ઘણાં સમયથી પથારીવશ હતા અને એકદમ તબિયત બગડી હતી. પપ્પાએ કહ્યું હતું સરકારી માણસો આવી ગયા હતા. અંગત કુટુંબીજનો જ હાજર રહી શકે એટલે બિલ્ડીંગમાંથી એક પણ જણ એમના દુઃખમાં સહભાગી થવા જઈ શક્યું નહોતું. દેવભાઈ સાથે પણ વાત થઈ હતી કે દરરોજ સવારે સરકારી માણસો ચેક કરવા આવતા હતા કે કોઈને શરદી, તાવ કે ઉધરસ છે નહીં ને? કંઈ જોઈતું હોય તો પૂછતા હતા. ગઈકાલે તો જમવાનું લઈને આવેલાં પણ સ્વીકાર્યું નહોતું એને અચાનક યાદ આવ્યું કે એમને ત્યાં વર્ષોથી કામ કરતો નાથુ ઘેર જવાની જીદ કરતો હતો પણ સરહદો તો સીલ થઈ ગઈ હતી, બસો પણ બંધ હતી, પણ એના થોડા સગાં અને ભાઈબંધો ચાલતા નીકળી જવાના હતા. એમની સાથે એને જવું હતું. "નાથુ ગયો?" એણે ભાઈને પૂછ્યું. "હા રે હા, કોઈનું સાંભળતો હશે." રસ્તા તો ભરચક હતા. લાખો શ્રમજીવીઓએ પોતાના વતન ભણી દોટ મૂકી હતી. હાઈવેની ચાનાં સ્ટોલ્સ કે રેસ્ટોરાંઝમાં બિસ્કીટોના અને નાસ્તાના પેકેટ્સ ખલાસ હતા. તોય અથડાતા કુટાતા બે-ત્રણ દિવસે ઘેર પહોંચી ગયા હતા. નાથુનો ફોન આવી ગયો હતો.

સાંજે રિયા આવી હતી. એણે હજી હૉસ્પિટલના જ કપડાં પહેરેલાં હતાં. મેઘાએ માસ્ક પહેરી લીધું. એના પલંગથી થોડી દૂર ખુરશી મૂકીને રિયા બેઠી, "હું આજે આવવાની જ હતી. તને કેમ છે?" રિયાએ પૂછ્યું.

"આજે મને અશક્તિ બહુ લાગે છે. સવારે થોડા ઢીલા થઈ જવાયું હતું." મેઘાએ જવાબ આપ્યો.

"એમ ઢીલા નહીં થઈ જવાનું. આખા વૉર્ડનો સ્ટાફ તારી ચિંતા કરે છે. થોડા દિવસમાં તો તું હરતી-ફરતી થઈ જઈશ."

"તારા મમ્મી-પપ્પા અને સુમી કેમ છે? સુમીને ઑફિસમાં વાંધો નથી આવતો ને? સાહિલ કેમ છે? એ તને મળી શકે છે?" સુમી એટલે રિયાની નાની બહેન અને સાહિલ એટલે એનો બૉયફ્રેન્ડ.

"ડૉ. શ્રીવાસ્તવનો ભાઈ બાજુના રૂમમાં દાખલ થયેલો છે. મારે ગઈકાલે એની સાથે વાત થઈ હતી."

"અરે વાહ!" રિયા તો ઊછળી પડી, "તારે એની સાથે વાત થઈ? તેં એની સાથે વાત કરી, શું નામ છે? શું કરે છે? કેવો લાગે છે?"

"જા નહીં કહું, પહેલાં મારા સવાલોના જવાબ આપ."

"ઓ.કે. બાબા, મારા મમ્મી-પપ્પા મજામાં છે, હું ઘેર ના પહોંચું ત્યાં સુધી મમ્મી ટેન્શનમાં રહે છે. નહાવાની બધી જ તૈયારીઓ એણે કરી રાખી હોય છે. જેવી પહોંચું એવો જ આદેશ આવે. પહેલાં બાથરૂમમાં જા, તારું સાંભળ્યા પછી એને વધારે ચિંતા રહે છે. સુમીને શાંતિ છે. એને ઘેર રહીને જ કમ્પ્યુટર પરથી જ ઑફિસનું કામ કરવાનું હોય છે. સાહિલ સાથે ફક્ત વાત જ થાય છે એ રહ્યો પાછો ફેફસાના નિષ્ણાંતનો મદદનીશ એટલે એને તો ઊંચું જોવાનો પણ સમય નથી. એમની હોસ્પિટલ આખી આઇસોલેશન વૉર્ડમાં ફેરવી નાખી છે. મૃતકોનો આંક ઊંચો છે. પાછાં મૃતકોના સ્વજનોને તો ક્વૉરેન્ટીન કરેલાં હોય એટલે બે જણને બોલાવી તરત સ્મશાને લઈ જવાનો આદેશ આવે છે. કોઈ બીચારા પોતાના માણસનું મોઢું પણ જોવા પામતા નથી." રિયાએ અહેવાલ આપી દીધો. તેનો ફ્રેન્ડ સાહિલ ભણવામાં તો તેજસ્વી હતો, પણ આર્થિક પરિસ્થિતિના કારણે એમ.બી.બી.એસ.થી આગળ વધી શકેલો નહીં. પણ સદનસીબે અમદાવાદની કૉર્પોરેટ હૉસ્પિટલમાં શહેરના શ્રેષ્ઠ પલ્મોનોજિસ્ટ સાથે મદદનીશ તરીકે જોડાઈ ગયેલો.

રિયા અને મેઘાએ નિખિલની અને આડીઅવળી ઘણી વાતો કરી પછી ગઈ. એના માટે એ બે નવલકથાઓ વાંચવા મૂકી ગયેલી. મેઘાના

મનમાં પણ પ્રસન્નતા છવાઈ ગઈ. એણે મનોમન ગીત ગણગણવા માંડ્યું.

સ્મિતા શાહ

મનમાં પણ પ્રસન્નતા છવાઈ ગઈ. એણે મનોમન ગીત ગણગણવા માંડ્યું.

• 35 •

3
પ્રકરણ

મેઘા ડૉક્ટરની સુચનાનું બરાબર પાલન કરતી. બે દિવસ એણે સંપૂર્ણ આરામ કર્યો. અશ્વિની ભટ્ટની નવલકથમાં એને રસ પડી ગયો હતો. સવારે વોટ્સઍપના મૅસેજો વાંચતી. સાંજે ફેસબુકમાં આવતી જાત-જાતની લિંકમાં એને જય વસાવડા અને કાજલ ઓઝા વૈદ્યની ક્લિપ્સ સાંભળવી બહુ ગમતી. બે દિવસમાં એણે 'લજ્જા સન્યાલ' વાંચી નાખી. બીજે દિવસે સાંજે પુસ્તક પૂરું કરીને રૂમમાં એક-બે આંટા માર્યા અને બાલ્કનીમાં ગઈ. નિખિલ બાલકનીમાં જ હતો. એને જોઈને નિખિલની આંખો ચમકી ઊઠી, "કેમ છો? તબિયત કેમ લાગે છે? બે દિવસથી કેમ દેખાયાં નથી?" એણે પ્રશ્નોની ઝડી વરસાવી દીધી.

મેઘા હસી પડી એને (મનમાં) રમૂજી વિચાર આવી ગયો. થયું આટલી બધી રાહ જોવાતી હતી તો બારણે ટકોરો તો મારીએ. પણ ઠાવકું મોઢું રાખીને એણે કહ્યું, "નવલકથા વાંચવાનો ભાગ્યે જ સમય મળે છે. રસ પડ્યો એટલે વાંચી નાખી, હમણાં જ પૂરી કરીને બહાર આવી."

"થૅન્ક ગોડ. અત્યારે નવલકથા પતી અને તમે બહાર આવ્યા. હું તો ગઈકાલનો કેટલીય વાર બાલ્કનીમાં આવી ગયો. પણ તમે તો દેખાયાં જ નહીં."

મેઘા આશ્ચર્યથી એની સામે જોઈ રહી. નિખિલ સજાગ થઈ ગયો, "ના ના આ તો એકલા એકલા આખો દિવસ કંટાળો આવે છે. કોઈની કંપની હોય તો સમય જાય." બંને જણ ખડખડાટ હસી પડ્યાં. બંને જણ મનોમન એકબીજાની રાહ જોતાં હતાં. બંનેના મન ખીલી ઊઠ્યાં હતાં, બે હૃદયનું સૂરસંધાન અજ્ઞાતપણે જોડાતું જતું હતું. બંને પોતાના રૂમમાંથી ખુરશી લઈ આવ્યાં અને થોડું ડિસ્ટન્સ રાખી, માસ્ક પહેરીને બેઠાં. હવે વાત કેવી રીતે શરૂ કરવી એની પણ મૂંઝવણ! વાત નિખિલે શરૂ કરી, "19મી માર્ચ અને ગુરુવારે રાત્રે વડાપ્રધાન શ્રી નરેન્દ્ર મોદીએ 25મી માર્ચ સુધી તમામ વહેવાર બંધ અને 22મી એ કરફ્યૂની જાહેરાત કરી અને ફફડાટ પેસી ગયો. ઘણાં લોકો સમજ્યા ના સમજ્યા પણ ગભરાઈ બહુ ગયાં. જે દરરોજના વેતન પર કમાતા હતા એ લોકો અચાનક બેકાર થઈ ગયાં અને જોતજોતામાં 29 દિવસનું લૉકડાઉન જાહેર થઈ ગયું. અમારા બોસે નિર્ણય કર્યો કે આવા સમયમાં સમાજસેવાને પ્રાધાન્ય આપવું. અમારી કંપનીમાં જે લોકો જોબ ઉપરાંત એન.જી.ઓ.માં સેવા આપતા હતા એમનું ગ્રુપ તૈયાર કર્યું. એક લગ્નનો પ્લોટ ભાડે લીધો. બીજી પણ સંસ્થાઓ અને સ્વયંસેવકો જોડાયા. રોજની ટનબંધ રસોઈ બનવા માંડી અને ફૂડ પેકેટ્સ તૈયાર થવા માંડ્યા. જે ત્યાં આવે એને તો આપી જ દેવાનું ઉપરાંત હૉસ્પિટલો અને રાજ્યની સરહદો અચાનક બંધ થઈ જવાથી ત્યાં રખડી પહેલા શ્રમજીવીઓને ફૂડ પેકેટ્સ પહોંચાડવાનું કામ વહેંચાઈ ગયું. કોટ વિસ્તારમાં આવેલી અમુક પોળોમાં પણ ગરીબ લોકોને ખાવાના સાંસા થઈ ગયા હતા. અગણિત સંસ્થાઓ સેવામાં આવી છતાં ઘણાં લોકો આ લાભથી વંચિત પણ રહી ગયાં. સરહદો સીલ કરવાના ઉતાવળીયા નિર્ણયથી લાખો લોકો રસ્તા પર ચાલતા પણ આવી જશે એવો સ્વપ્નેય વિચાર નહીં કર્યો હોય જને નિયંત્રણમાં લાવવા સરકાર અને સંસ્થાઓને અથાગ પુરુષાર્થ કરવો પડ્યો."

"સાચી વાત છે." કહીને મેઘાએ ટાપસી પૂરી.

"વડીલોને તો ભાગલાનો સમય યાદ આવી ગયો હતો. એ સમયે પણ

રાતોરાત લોકો ઘરબાર છોડીને રસ્તા પર આવી ગયા હતાં. અત્યારે કામધંધો બંધ થતાં લોકોએ વતનની વાટ પકડી હતી. કાળઝાળ ગરમી, બાળકોનું પાણી વગર ટળવળવું અને પગમાં પણ ચાંદા પડી ગયા હોય અને ચાલતા જતાં હતાં." નિખિલે જે અનુભવ્યો હતો એ સમયનો અહેવાલ આપ્યો.

મેઘાએ કહ્યું, "અમારી હોસ્પિટલમાં પણ વિશાળ આઇસોલેશન વૉર્ડ તૈયાર થયો. એમાં બેડની સંખ્યા વધારી દેવામાં આવી. સ્ટાફના બધાં જ ડૉક્ટરો, કર્મચારી, સફાઈ કામદારો સહિતનાને થોડો થોડો સમય ફરજિયાત આઇસોલેશન વૉર્ડમાં સેવા આપવા માટે ટાઈમ ટેબલ તૈયાર કરાયું. ઘણાં ડૉક્ટરો અને નર્સી નોકરી જાય તો જાય, એમ વિચારીને રજા ઉપર ઊતરી ગયાં. સ્ટાફ ઓછો તો ના કહેવાય પણ દર્દીઓના ધસારા સામે ફરજ પર રહેલાં સ્ટાફને ઘેર જવાનો નિશ્ચિત રહ્યો નહીં. આમ તો હું ડૉક્ટર એટલે મારે તો આઇસોલેશન વૉર્ડમાં કોઈ કામ પડે તો જવું પડે. છતાંય સમય સંજોગો જોતા મેં જે પણ કામ હોય તેમાં મદદરૂપ થવાનો નિર્ણય લીધો. પેશન્ટો પાસે તો કોઈ ઘરનું હાજર ના હોય, એમને હૂંફની બહુ જરૂર હોય, જાત-જાતના અનુભવો પણ થયા. અમુક પેશન્ટો ઘરવાળા વગર હિજરાતા હતા પણ થોડાં ઘણાં સિનિયર દર્દીઓ એવા પણ હતા કે જેમને સાજા થયા પછી ઘરે પણ જવું નહોતું. એમ ના ચાલે એવુ કહીએ ને એટલે કહે કે "બહેન તમને ખબર નથી પણ ઘેર તો કોઈ સંભાળ લેતું નથી. અરે, જમવાનું પણ સમયસર મળતું નથી અને અહીંયા તમે બધાં કેટલી કાળજી લો છો." સાંભળીને મન દ્રવી જાય. પણ શું થાય?"

આમને આમ વાતોમાં ખાસ્સો સમય વીતી ગયો. છેવટે રૂમમાં જમવાનું આવવાનો સમય થઈ ગયો છે એમ વિચારીને દરરોજ સાંજે મળવાનું નક્કી કરીને બે જણ છૂટા પડ્યાં.

દરરોજ સાંજ તો એવી જલદી આવી જતી. જમ્યાં પછી બંને જણ માસ્ક પહેરીને બાલ્કનીમાં આવી જતાં અને થોડી દૂર ખુરશીઓ મૂકીને ગોઠવાઈ જતાં. અલક-મલકની વાતો થતી અને સાંજ રળિયામણી

બની જતી. સરિયામ રસ્તા અને બાલકનીની બહાર ફૂટપાથને અડીને ઊભેલું ગુલમહોરનું ઘેઘુર વૃક્ષ અને ઉપર નજર કરો એટલે તારાઓ ચોંટાડેલી શ્યામ ઓઢણી ઓઢેલું આકાશ. ઝાડ પર રહેતાં પંખીઓનો સંગીતમય કલબલાટ, કુદરતનો કરિશ્મા બે હૃદય ઉપર પથરાતો જતો હતો અને ત્યાં શબ્દો નહોતાં કે નહોતું ગીત... મૂક સંવાદ, નિઃશબ્દ વાતાવરણ અલૌકિક અનુસંધાનનો અનુભવ કરાવતું હતું. સમય પણ કેવો કાબિલેદાદ હતો. પેશન્ટ હતા એટલે નવરા હતા અને એવા રોગના પેશન્ટ હતા કે બીજુ કોઈ જ પાસે હોય જ નહીં કોઈની વાત થતી નહીં. બસ એકબીજાના સાનિધ્યમાં અનાવૃત્ત હૃદયોનું સાયુજ્ય માણી રહેતા. એક વાર આવા જ સમયની પળે નિખિલના ફોનની રીંગ વાગી. બંને ચમકી ગયા, ડૉ. શ્રીવાસ્તવનો ફોન હતો. એ નિખિલના રૂમમાં જ ઊભા હતા. નિખિલને જોયો નહીં એટલે ફોન કર્યો કે એ ક્યાં છે? નિખિલે કહ્યું "હું, બાલકનીમાં જ છું" ઊભો થયો એ જ ક્ષણે ડૉક્ટર બાલકનીમાં આવ્યા. એને મેઘા સાથે જોઈને એમના મનને ધક્કો લાગ્યો.

"તમે બે અહીં શું કરો છો?"

"અમે દરરોજ આ સમયે અહીં બેસીને સમય પસાર કરીએ છીએ!" નિખિલે જવાબ આપ્યો.

ડૉ. શ્રીવાસ્તવને જરાય ગમ્યું નહીં, "તારા રિપોર્ટ્સ સારા છે, તું કાલે ઘેર જઈ શકીશ પણ થોડાં દિવસ ઘેર ક્વૉરેન્ટીનમાં રહેવું પડશે."

" ઘરના બદલે અહીંયા જ રહુ તો? મેઘાનો શું રિપોર્ટ છે?" નિખિલે પૂછ્યું.

ડૉક્ટરને જરાય ગમ્યું નહીં. "ખબર નથી. તારે કાલે ઘેર જવાનું છે." કહીને ચાલી ગયા.

નિખિલ અપસેટ થઈ ગયો, "મને તારા વગર નહીં ગમે."

મેઘાએ નિખિલનો હાથ પકડી લીધો, "એમ અપસેટ નહીં થા, તું સાજો થઈ ગયો છે કેટલી મોટી વાત છે. હું પણ થોડાં દિવસમાં તો ઘેર જઈશ જ ને ! તું ફોન કરજે, હું પણ કરીશ. આપણે બહુ જ વાતો કરીશું." મેઘાએ નિખિલના હાથમાંથી હાથ પાછો લેવા ખેંચ્યો પણ નિખિલે જોરથી પકડી રાખ્યો. એકબીજાના હાથ પકડીને બે જણ ક્યાંય સુધી બેસી મૌન રહ્યા.

મેઘા પાછી વર્તમાનમાં આવી ગઈ. એનું મન અતીતની સફર કરી આવ્યું હતું. મનમાં એક સણકો ઉપડ્યો. નિખિલના છ મિસકોલ હતા, શું વાત કરે એ? પાછી મુંઝવણમાં પડી ગઈ ત્યાં તો નાનીએ બૂમ મારી, નાના એને ઉપર બોલાવતા હતા. "હા, નાની" કહીને એનો કોરોના વોરિયરનો ડ્રેસ પહેરીને બહાર ગઈ ત્યારે જમવાનું તૈયાર હતું. એ જમવાનું લઈને ઉપર ગઈ, નાના ખુશ હતા, 'કેમ નાના આટલા બધાં ખુશ છો?'

નાનાએ હસતાં હસતાં કહ્યું, "બાજુવાળા હિંમતભાઈનો ફોન આવ્યો હતો, એ ઘેર આવી ગયા છે. પણ મારા માટે જીવ બાળતા હતા. મેં કહ્યું 'હું તો સાજો જ છું. આવું બધું તો ચાલ્યા કરે. પંદર દિવસ થઈ જશે પછી બીજીવાર રિપોર્ટ કરાવીને આપણે મળીશું.' કોઈના કામમા ના આવીએ એ બરાબર કહેવાય?"

"ના, જરાય નહીં નાના. પ્રાઉડ ઓફ યુ." મેઘા બોલી અને બંને જણ હસી પડ્યા.

"તારી નાનીને પણ કહી દેજે, ઓ.કે." નીચે આવીને નાનીને હિંમતભાઈના સમાચાર આપ્યા. નાની પણ રાજી થયા. "હાશ, ચલો સાજા થઈ ગયા." બંને જણે જમી લીધું. થોડી વાર નાની પાસે બેસીને મેઘા રૂમમાં આવી. પહેલાં એણે રિયાને ફોન કરવાનું નક્કી કર્યું.

4
પ્રકરણ

રૂમમાં આવીને એણે રિયાને ફોન જોડ્યો. રિયા પહેલા તો સખત અકળાઈ ગઈ. "આ શું માંડ્યું છે મેધા ? તું ફોન કેમ નથી ઉપાડતી ? નિખિલ પણ હેરાન છે. કેટલો વિચાર કરીને મેં તારા ઘેર ફોન કર્યો ત્યારે ખબર પડી કે તું તો વડોદરા છે નાનાને કેમ છે હવે ?"

મેધાએ શાંતિથી રિયાને જે બન્યું હતું તે કહ્યું "પોતે એટલી મુંઝવણમાં પડી ગઈ હતી કે શું કરવું એની સમજ પડતી નહોતી. નાનાના અચાનક સમાચાર આવ્યા એટલે તરત અહીં આવી ગઈ. થોડા દિવસ મારે ઓચિંતી ઘટેલી ઘટનાથી દૂર જતા રહેવુ હતું."

"પણ આતો પલાયનવાદ કહેવાય" રિયા બોલી.

"કેવી રીતે ? એના ભાઈની જ સાથે જો હું નજર ના મેળવી શકું, તો આગળ કેવી રીતે વધુ ? હજી અમારી ઓળખાણ ને થયો છે કેટલો સમય ?"

"એટલે તારો વિચાર મૂવ ઓન કરવાનો છે ? આ તું શું બોલે છે ? આટલો છીછરો છે તારો પ્રેમ ?

"તું ઊંધું સમજે છે, હું ખસી જઉં તો નિખિલને બીજો વિચાર કરવાની

મોકળાશ મળે ને ?"

"તારે જે કરવું હોય તે કર, મારી અક્કલ જ બહેર મારી ગઈ છે, તું નિખિલને શું કહીશ?"

"મારી ઇચ્છા છે કે તું જ નિખિલને ફોન કરીને કહી દે, કે મારે થોડો સમય જોઈએ છે."

"આર યુ મેડ ? તું ગાંડી થઈ ગઈ છે ? તારે નિખિલ સાથે વાત પણ ના કરવી એવું તેં નક્કી કરી લીધું છે? બોલવું સહેલું છે પણ અમલ મુકવું ખૂબ જ અઘરું. વાત તો તારે જ કરવી પડે. તને ખબર છે એ કેટલો બહાવરો બની ગયો છે ? એણે હોસ્પિટલમાંથી મારો નંબર લઈને મને ફોન કરેલો એના અવાજમાં કેટલો રઘવાટ હતો !"

"એણે તને ફોન કરેલો ?"

"તને શું લાગે છે ? તું ફોન ઉપાડતી નથી તો એ હાથપગ જોડી બેસી રહ્યો છે ? તને એમ લાગે છે કે એને હશે કે ફોન ઉપાડશે ત્યારે વાત કરીશું, શું ઉતાવળ છે ? મારે તારી સાથે આગળ વાત કરવી નથી. તારે જે કરવું હોય એ કર. પણ એને તું એકવાર ફોન કરીને જે કહેવું હોય એ કહી દેજે." રિયાએ ફોન કટ કર્યો ! મેઘા વિચારમાં પડી ગઈ.

આ બાજુ નિખિલ વિચારી વિચારીને પાછો શૂન્ય પર આવી જતો. મેઘા સાથે હોસ્પિટલમાં ગાળેલી એ અણમોલ ક્ષણો એની નજર સામેથી ખસતી નહોતી. તો પછી મેઘા કેવી રીતે ભૂલી શકે ? અરે, હોસ્પિટલમાંથી ઘેર આવ્યો પછી પણ દિવસમાં બે-ત્રણવાર કેટલી સરસ વાતો થતી હતી. એ હોસ્પિટલમાંથી ઘેર ગઈ પછી અચાનક શું થયું હશે ? કોઈ કરોડપતિ છોકરાની વાત આવી હશે ? એવી ઘણી ય સુંદર અને લટકમટક છોકરીઓ માટે એણે સાંભળેલું કે કેવળ સંજોગોનો જ લાભ ઉઠાવતી હોય અને પૂંઠ ફરે પછી તું કોણ ? અને હું કોણ ? અતિશય અકળામણમાં ક્રોધનો ફુગ્ગો એવો ફૂલતો, એવો ફૂલતો

કે અચાનક ધડામ દઈને ફૂટી જતો. પાછો એ ઢીલો-ઢસ થઈ જતો. ના... ના મેધા સુંદર છે, પણ લટક મટક હાથતાળી આપીને ચાલી જાય એવી નથી. તો પછી ? આગળ એ વિચારશૂન્ય થઈ જતો. ફરી ફરીને ફોન જોડતો પણ ઉપડે નહીં એટલે નક્કી કરતો કે હવે એનો ફોન આવશે નહીં ત્યાં સુધી એ ફોન નહીં કરે. એને જોઈને ડૉ. અમીષ ચિંતામાં પડી જતા. નિખિલને જોઈને એમને ખ્યાલ આવી જતો કે મેધા સાથે વાત થતી લાગતી નથી. એમણે ઘણીવાર પૂછવાનું મન થઈ જતું કે, કેમ આજકાલ એ મૂડમાં નથી હોતો ? પણ પાછો અહમ આડે આવી જતો. હોસ્પિટલમાં મેધા ક્યારે જોડાશે એવો વિચાર કરતા, પણ રિયાને પૂછી શકતા નહીં. જો કે હોસ્પિટલમાં દર્દીઓનો ધસારો એટલો રહેતો કે બહુ વિચારવાનો સમય મળતો નહીં.

રિયા સાથે વાત કર્યા પછી મેધા વિચારમાં પડી ગઈ. નિખિલને ફોન કરીને કહેવું શું ? બહુ વિચારીને મેધાએ નિખિલને ફોન જોડ્યો. સ્ક્રીન પર મેધાનું નામ વાંચીને નિખિલ ધબકારો ચૂકી ગયો. ઝડપભેર ફોન ઉઠાવી લીધો. "મેધા...! મેધા...! તું ક્યાં છું ?" નિખિલ બેબાકળો બની ગયો.

"હું મજામાં છું, નિખિલ, વડોદરા આવી છું નાનીના ઘરે."
"તે મને ફોન કેમ ના કર્યો ?" મેધાનો ઠંડો અવાજ સાંભળી એ પણ ઠંડો પડી ગયો.

"સમય ના મળ્યો, નાનાને કોરોના થયો છે એટલે થોડા દિવસ અહીં રહીશ. મારે વિચારવા માટે સમય જોઈએ છે, નિખિલ." મેધાએ વાત પૂરી કરી. નિખિલને તો સમજણ જ ના પડી કે મેધા શું બોલે છે ?

"શેનો સમય જોઈએ છે, મેધા ? હોસ્પિટલમાં બેસીને વાતો કરતાં કેટલા ખુશ હતા. હવે સંબંધ આગળ વધારવા માટે? સંબંધ તો ઘણે આગળ વધી ગયો છે. હવે શું વિચારવાનું છે ?"

"મારે વિચારવું છે."

"પહેલા તને વિચાર ના આવ્યો કે મારે વિચારવું પડશે ?"

"તું તો મોસ્ટ એલીજીબલ બેચલર છે (એકદમ લાયક પાત્ર) તને કોઈ ગમી જાય તો નિર્ણય લેવાની છૂટ છે."

નિખિલનો ગુસ્સો સાતમા આસમાને પહોંચી ગયો. "તે નિર્ણય લઈ લીધો લાગે છે. મારી ચિંતા કરીશ નહીં." નિખિલે ગુસ્સામાં ફોન ફેંકી દીધો. મેઘા ગભરાઈ ગઈ અને પછી ધ્રૂસકે ને ધ્રૂસકે રડી પડી. ઘેરો વિષાદ એના હ્રદયમાં ઊંડે સુધી ફેલાઈ ગયો અને એની અસર ચહેરા પર લીંપાઈ ગઈ.

નિખિલનું મગજ બહેર મારી ગયું. "શું સમજતી હશે મેઘા એના મનમાં ? એના મનમાં એમ હશે કે મને બીજી કોઈ મળશે નહીં ? મારી ઓફિસના નતાશા અને પ્રિયંકા તો મારી પાછળ પાગલ છે. હવે તું પણ જોઈ લે. હવે તું ફોન કરીશ તો પણ હું નહીં ઉપાડું. પ્રિયંકા સાથે ડેટ પર જઈને જ રહીશ." પ્રિયંકા અત્યંત આધુનિક વિચારો ધરાવતી ફેશનેબલ યુવતી હતી. ઓફિસમાં કામ કરતા યુવાનો એને ફટકો કહેતા. એની પાછળ ઘણા યુવાનો પાગલ હતા. પણ એને નિખિલમાં રસ હતો. જો કે નિખિલે કોઈ દિવસ ભાવ આપ્યો નહોતો. કામ પૂરતી જ વાત કરતો. ઓફિસમાં એને આડું-અવળું લક્ષ્ય જાય એ ગમતુ નહીં. નતાશા તો એની ફ્રેન્ડ હતી. સ્વભાવે શાંત હતી એન.જી.ઓ.ના કામમાં જે થોડા જણ જતા હતા એમાં એક માત્ર યુવતી નતાશા હતી.

નિખિલ સાથે વાત કરીને મેઘાએ રડી લીધું. પછી સૂઈ ગઈ. એને ઊંઘ તો આવી ગઈ પણ જાણે તંદ્રામાં હોય એમ તુટક તુટક ઊંઘમાં રાત વીતી. જાણે નિખિલ એનાથી દૂર દૂર જતો હતો અને એકાએક અદ્રશ્ય થઈ ગયો. સવારે ઊઠી ત્યારે માથું થોડું ભારે લાગતું હતું. રુટિન પતાવી નાનાને ઉપર મળી આવી. એમની સાથે થોડી વાતો કરી. નાનાને આજે ભજિયા ખાવાનું મન હતું. મેઘાએ ના પાડી. "આજે નહીં, તમારો ક્વોરેન્ટાઈન પીરિયડ પૂરો થઈ જાય એટલે ખાઈશું. અત્યારે હળવું ભોજન લેવાનું નહીંતર એસીડીટી થઈ જશે." નાના હસી પડ્યા. "મારી

ડૉક્ટર દીકરી સામે હું ક્યાં બોલ્યો ?" બંને જણ હસી પડ્યા અને મેધા નીચે આવી તૈયાર થઈ. સુજાતાબેનને ત્યાં જવાનો વિચાર જ કરતી હતી ત્યાં સુજાતાબેનનો જ ફોન આવી ગયો. "આવે છે ને ? તારા માટે એક સરપ્રાઈઝ છે."

"સરપ્રાઈઝ ! મારા માટે ?" મેધા વિચારમાં પડી. "હું આવું છું."

નાનીને "જમવાનાં સમયે આવી જઈશ" કહીને એ સુજાતાબેનને ત્યાં પહોંચી. સુજાતાબેન માસ્ક પહેરીને ગાર્ડનમાં ખુરશી પર બેઠા હતાં. મેધા હિંચકા પર બેસી ગઈ. શાંત વાતાવરણમાં ચકલીઓ ચીં ચીં કરી રહી હતી, પવન મંદ મંદ લહેરાઈ રહ્યો હતો. અચાનક જ કોઈએ પાછળથી આવીને મેધાની આંખો દાબી દીધી. ક્ષણ માટે તો મેધા ગભરાઈ ગઈ, "કોણ છે ?" હાથ તો કોઈ યુવકનો હતો. પણ એ કલ્પના ના કરી શકી કે કોણ હોઈ શકે ? અને તે પણ પાછું વડોદરામાં ? સુજાતાબેનનો ખડખડાટ હસવાનો અવાજ આવ્યો અને કહ્યું, "ખોલી નાખ એની આંખો, એ ગભરાઈ જશે."

"હા... હા...!" કરતો પેલો યુવક એની આંખો ખોલીને આગળ આવીને એની બાજુમાં હિંચકા પર બેસી ગયો.

"ઓહ ! માય ગોડ ! આનંદ ? તું હજી એવો ને એવો જ છું. નાનપણમાં હતો એવો જ તોફાની."

"હું ક્યાં એવો ને એવો જ છું ? જો, કેવો હેન્ડસમ હીરો બની ગયો છું. હા, સ્વભાવ મારો એવો ને એવો જ છે. તને જોઈને પાછો વધારે નાનો બની ગયો. તું પણ સિન્ડ્રેલા બની ગઈ છે ને !"

અકળાઈને મેધા ઊભી થઈ ગઈ. "જા પહેલા માસ્ક પહેરી આવ પછી વાત કરીએ છીએ."

"અરે, પણ ઊભી કેમ થઈ ગઈ ? ત્રણ ફૂટનું અંતર હિંચકા પર ના

રહે, તું બેસ ત્યાં હું દૂર ખુરસી પર બેસું છું." આનંદે શર્ટના ખીસામાંથી માસ્ક કાઢી પહેરી લીધો અને પાછા વાતો કરવા માંડ્યા. આનંદ મેધાને જોઈને ખુશ થઈ ગયો હતો પણ મેધા થોડી ઠંડી હતી. એ સુજાતાબેનની નજરે પકડી લીધું. કદાચ મેધા શરમાળ અને ઠરેલ પણ હોય. ત્રણે જણાએ ખૂબ વાતો કરી. આનંદ એના બોસના કોઈ સગાં ગુજરી ગયા હતા અને વડોદરા આવવું જ પડે એવું હતું. છેક બેંગલોરથી વડોદરા ગાડીમાં આવતા એક રાતનો વિરામ તો લેવો પડે. રેલવેસેવા અને વિમાનીસેવા તો બંધ હતા. ગાડી સિવાય કોઈ વિકલ્પ નહોતો અને આવવું પડે એવું હતું. બોસે કહ્યું "આટલા લાંબા રસ્તામાં ડ્રાયવર સિવાય કોઈ બીજુ હોય તો સારું પડે, તો તું ચાલ અને આપણે તો બંદા તૈયાર ! એમાં પણ વડોદરા આવવાનું હોય. મમ્મી-પપ્પાને પણ મળી લેવાય. તું અહીંયાં હઈશ એવો સ્વપ્ને પણ ખ્યાલ નહોતો. નહીંતર બોસને કહેત આપણે બે નહીં ચાર દિવસ રહીશું." બધા હસી પડ્યા.

મેધાએ કહ્યું "જમવાનો સમય થઈ ગયો છે. નાની રાહ જોતા હશે. હું જાઉં."

"નાનીને યાદ આપજે અને કહેજે હું સાંજે એમને મળવા આવીશ."

"ના... ના... તારે જોખમ લેવાની શી જરૂર છે? ફોન પર વાત કરજે ને?" મેધા બોલી ઊઠી.

"મને કંઈ ના થાય. તારી સાથે પણ બેસાય ને !"
"તને ઠીક પડે એમ કરજે." મેધા બોલી.
"અત્યારે તો મમ્મી-પપ્પાને મળવા જાઉં છું. ગાડી બોલાવી છે."
"તો પછી કાલે પણ જઈશ ને ? તો મહેરબાની કરીને આવતો નહીં. એ લોકોને માટે રીસ્ક (જોખમ) થઈ જશે."

"ડૉક્ટર મેડમ, તમે કહો તેમ, પણ આવતી કાલે અહીં છું. અહીં સાથે જમીશું, પ્રોમિસ ?"

"અરે, બહેનને શું કામ તકલીફ આપે છે ?"
"મને તો બહુ જ ગમશે." સુજાતાબેન તરજ બોલી પડ્યા.
"અરે, હું છું ને ? મારું ખાવાનું હું મારી જાતે જ બનાવું છું. કાલે તમારા બે જણનું પણ બનાવીશ. પાછું બહારથી તો લવાય નહીં. જૂન મહિનો તો પતી પણ ગયો. બધું યથાવત્ ક્યારે થશે? લોકો બિચારા બેકાર થઈ ગયા છે. રેસ્ટોરન્ટ્સવાળા તો ખાસ."

"સારું, ચાલો હવે મને જવા દો."
મેઘા ગઈ એટલે સુજાતાબેને પૂછ્યું, "તારી ખાસ ફ્રેન્ડ લાગે છે."

આનંદ હસી પડ્યો. "એકદમ ખાસ. અમે નાના હતા ત્યારે એ વેકેશનમાં અહીં આવતી. આખો મહિનો રહેતી, એની નાની પાસે. અમે બેઉ આખો દિવસ સાથે જ રહેતા. કાચી કેરી, ગોટલી અને બરફના ગોળા તો બહુ જ સાથે ખાધા છે. રિસાઈ પણ બહુ જલદી જતી. એને ચીડવવાની તો એવી મજા આવતી ! આજે વર્ષો પછી એને જોઈને મન પાછું બાળપણમાં હતું એવું રમતીયાળ બની ગયું." આનંદ વાત પૂરી કરી અંદર ચાલી ગયો. સુજાતાબેન કંઈક વિચારમાં પડી ગયા.

મેઘાએ ઘરે આવીને નાનીને "આનંદ આવ્યો છે" એમ કહ્યું અને ઉમેર્યું, "સાંજે આવવાનું કહેતો હતો પણ મેં ના પાડી. ફોન કરવાનું કહ્યું છે."

"સારું કર્યું." નાનીએ કહ્યું. "જ્યારે વડોદરા આવે ત્યારે મને મળવા આવે છે. તને પણ યાદ કરતો હોય છે."

સાંજે આનંદનો ફોન આવ્યો. નાની સાથે ઘણી વાતો કરી. મમ્મી-પપ્પાને મળી આવ્યો હતો. "એ લોકો મજામાં છે. સંસ્થાવાળા ખૂબ ધ્યાન રાખે છે. ફક્ત બહારથી જ મળવા દીધાં. જો કે મને પણ રાહત થઈ ગઈ. એ લોકો એકદમ સલામત છે." મેઘા સાથે પણ અલક-મલકની વાતો કરી અને બપોરે સાથે જમવાનું યાદ કરાવીને ફોન મૂકી દીધો.

5

પ્રકરણ

બીજે દિવસે નાનીને પોતે જમીને આવશે એમ કહીને સુજાતા બહેનના ઘેર આવી. આનંદ અને સુજાતા બહેન ગાર્ડનમાં જ રાહ જોતા હતા. મેઘાના આગમનથી આનંદ ઝૂમી ઉઠ્યો. "પધારો, સૌંદર્યની દેવી."

મેઘા અકળાઈ ગઈ. બહેને ટકોર કરી, "એને આવવા તો દે," પણ ચૂપ રહે તો આનંદ શેનો ?

"મને તો એમ કે, તું પણ કંઈક બનાવીને મારા માટે લેતી આવીશ."

"મને રસોઈ બનાવતા આવડતી નથી."

"શું વાત કરે છે? ફક્ત દર્દીઓને શું શું ખાવું એની જ સલાહ આપે છે ? પરણીને જઈશ તો વરને શું ખવડાવીશ ?"

"વર સાથે પહેલેથી જ ચોખવટ કરી લઈશ. સુપ અને સલાડ ખાવા પડશે. બીજું ખાવું હોય તો પોતે રાંધવાનું."

"વાહ, તો બંદા હાજર છે. આપ જે ફરમાઈશ કરશો એ વાનગી આ બંદા રાંધીને ખવડાવશે."

"સુજાતા બહેન, મારે જમવું નથી, હું તો જાઉં છું મારા ઘેર."
"અરે અરે, એમ તો જવાતું હશે ? આનંદ, તું હમણા શાંત રહીશ ?"

"ઓ કે, ઓ કે હવે મસ્તી નહીં કરું બસ ?" આનંદે મોઢા પર આંગળી મૂકી દીધી. મેધા હસી પડી. જાણે આખો બગીચો ખુશીની લહેરમાં લહેરાઈ ગયો. ત્રણે જણ થોડીવાર બગીચામાં બેસીને અંદર ગયા. ડાયનીંગ ટેબલ પર ત્રણ થાળીઓ ગોઠવેલી જ હતી.

"શું બનાવ્યું છે, સુજાતા બહેન ?"

"આજે મેં કશું નથી બનાવ્યું, ફક્ત આનંદને મદદ જ કરી છે."

"તો તો આજે ભૂખ્યા રહેવું પડશે." મેધાએ કહ્યું.

"અરે, તું આંગળા ચાટી જઈશ મારી રસોઈ ચાખ તો ખરી. તારી ભાવતી વાનગી બનાવી છે. બોલ શું હશે?"

"મારી ભાવતી વાનગી તને શી ખબર ?"

"અરે વાહ ! મને ખબર ના હોય તો કોને ખબર હોય ? કેટલું સાથે જમ્યા છીએ આપણે નાનપણમાં ?"

"ઓકે બાબા, તને કોઈ પહોંચી ના શકે, હવે જમવા બેસીશું?"

ત્રણે જણા ખુરશી પર ગોઠવાયા. સર્વીંગ બાઉલ પણ ગોઠવેલા જ હતા. આમ પણ ગરમા ગરમ રસોઈ ખાવાની સીઝન તો હતી નહીં. પનીરના પરોઠા, ગાજર-કાકડી છીણેલું દહીંનું રાયતું અને બિરયાની હતા. સાથે પાપડ અને અથાણું તો ખરું જ.

"મને ખરેખર પનીર પરોઠા બહુ ભાવે છે. આનંદ તને હજી યાદ છે ?"

"યસ મેડમ ! મને બધું જ યાદ છે. બિરયાની હૈદરાબાદની સ્પેશિયાલીટી છે. પણ મને ખાતરી છે તમને બંનેને ખૂબ ભાવશે."

ખરેખર ત્રણે ય વાનગીઓ સ્વાદિષ્ટ હતી. શાંતિથી જમી લીધા પછી ત્રણે જણ નાનકડા ડ્રોઈંગરૂમમાં બેઠા. આનંદે મેધાને કહ્યું "આજે પ્લીઝ મેધા શાંતિથી બેસજે. આપણે ત્રણ વાતો કરીશું. આજે મારે મમ્મી-પપ્પાને મળવા પણ નથી જવાનું. તું કેટલા વરસો પછી મળી છે !"

"હા, આનંદ અને આજે વરસો પછી મળ્યા અને પાછા આપણે બે નિરાંતમાં પણ છીએ." મેધાએ ફરી કહ્યું, "સવારે જ મમ્મી સાથે વાત કરી હતી. આનંદ તારા આવવા વિશે પણ કહ્યું હતું અને તારા મમ્મી-પપ્પાની વાત કરી હતી. તું કેટલો ખુશ હતો, કે એ લોકો સેફ છે. નહીં ? તો તને ખબર છે શું કીધું મમ્મીએ ? અમારા અમદાવાદમાં નારણપુરામાં વૃદ્ધાશ્રમ છે તે, ત્યાં બધાં જ વડીલોને કોરોના પોઝિટિવ આવ્યો હતો. સંતાનો તો સારા સમયમાં જ સામું નથી જોતા તો અત્યારે તો શું જોવાના ? પણ ભલું થજો કોપોરેશનવાળાનું એટલો તો સહકાર આપ્યો બધાને હોસ્પિટલમાં દાખલ કર્યા સારામાં સારી સારવાર આપી અને એક પૈસો પણ લીધો નહીં અને ઈશ્વરકૃપાથી બધાં જ વડીલો સાજા થઈ ગયા છે."

"આ તો બહુ સારા સમાચાર કહેવાય."

સુજાતાબેને કહ્યું, "મારે ત્યાં સાંજની બેચમાં કોમલ માર્ગદર્શક તરીકે આવે છે. એ પેઈન્ટીંગ કરે છે. સીંગલ મધર છે. એનો દીકરો કોલેજના પ્રથમ વર્ષમાં છે. કોમલ એડવર્ટાઈઝીંગ કંપનીમાં કામ કરે છે. એનો દીકરો આમ તો ક્યાંય જતો નથી પણ હમણાંથી કંટાળતો હતો એના મિત્રને મળતો હશે. તો એ મિત્રને કોરોના પોઝિટિવ આવ્યો. ઓલ્ડ પાદરા રોડ પર રહે છે. હવે સોસાયટીમાં સો બંગલા હોય. વાત ફેલાતા કેટલી વાર લાગે ? બધાના મેસેજ પર મેસેજ આવવા માંડ્યા. તમારો દીકરો એની સાથે ઊભો રહેતો અમે જોયો છે. એને પણ ક્વોરેન્ટાઈન

કરો. આખી સોસાયટીમાં ચેપ ફરી વળશે. આપણે કરીશું શું ? આપણે તો કેટલું ધ્યાન રાખીએ છીએ. આ બે છોકરાઓ બહાર ગયા હશે વગેરે... વગેરે... કોમલ તો ગભરાઈ જ ગઈ, એનો દીકરો પણ ગભરાઈ ગયો. એમાં વળી દીકરાને શરદી થઈ અને 100 ડીગ્રી તાવ પણ આવ્યો એટલે એવી તો ગભરાઈ ગઈ કે ન પૂછો વાત. એક તો મેસેજો પર લોકોની સલાહ-સૂચનોનો ધોધ વરસતો હતો. એક કહે આમ કરો અને બીજો કહે આમ કરો. એટલે તો એ ગુંચવાઈ ગઈ.

"કોમલ એનો દીકરો બે વર્ષનો હતો અને પતિનું ઘર છોડી ચાલી નીકળેલી. ભાઈ-ભાભીએ જવાબદારી લેવાની ના પાડેલી. ઘણો સંઘર્ષ વેઠીને દીકરાને મોટો કરતી હતી. નાની નાની નોકરીઓ, પુરુષોની લોલુપ નજર, સાવ નાનકડું ભાડાનું ઘર એમાં વળી એક વાતની શાંતિ હતી કે દીકરો હતો. નાનો હતો ત્યારે એનો શાળાએથી આવવાનો સમય અને પોતાનો નોકરી પરથી આવવાના સમયમાં એક કલાકનો ફેર પડતો એટલે પાડોશીને ત્યાં સોંપેલો, કે કલાક એમના ઘરમાં રહે. કામમાં હોશિયાર, ડ્રોઈંગ પણ સારું એટલે ધીમે ધીમે એક એડવર્ટાઈઝીંગ કંપનીમાં નોકરી મળી ગયેલી. ધીમે ધીમે ચડતી થઈ. લોન પર નાનો બંગલો લીધો અને દીકરો પણ હવે મોટો થઈ ગયો છે, સી.એ.નું ભણે છે. એની બધી આશા દીકરા પર ઠરેલી છે. વરસોથી પાછી હાઈ બી.પી.ની પેશન્ટ એટલે આવું થાય એટલે એવી તો તણાવમાં આવી ગઈ! કોઈકે કહી દીધું એટલે કોર્પોરેશનવાળા પણ આવી ગયા. લોહી લીધું અને ચાર કલાક પછી રિપોર્ટ આવશે કહીને ખાસ્સી પૂછપરછ કરીને ગયા. બહાર નીકળ્યા તો સોસાયટીવાળાનું ટોળું. એ તો ધ્રસકે ને ધ્રુસકે રડતી જાય અને ફોનમાં મને કહેતી જાય કે એને કોરોના પોઝીટીવ આવશે તો ? એને કંઈ થઈ જશે તો ? મેં એને ધીરજ આપી શાંત કરવાનો પ્રયત્ન કર્યો. પણ શાંત થાય કેવી રીતે ? ડર એવો તો જમ થઈને છાતી પર ચઢી બેઠેલો કે એને ભગાડવો કેવી રીતે ? અત્યારે તો સલાહ પણ કામ લાગે નહીં અને ઉઠીને તરત ત્યાં જવાય પણ નહીં. હું અધી અધી કલાકે ફોન કરું કશું થવાનું નથી પણ એણે ચાર કલાક કાઢ્યા છે એ મારું અને એનું મન જાણે છે. છેવટે દીકરાનો રિપોર્ટ નેગેટિવ આવ્યો ત્યારે એને જીવ હેઠો બેઠો."

અત્યાર સુધી એક ચિત્તે સાંભળતા આનંદ અને મેઘા બોલી ઉઠ્યા, "પછી શું થયું ?"

"પછી તો શું થાય, દીકરાનો અઠવાડિયું ઘરની બહાર નહીં નીકળવાની સલાહ આપીને પેલા લોકો ગયા. ડર એવી વસ્તુ છે ને, મેં એને બીજે દિવસે ઓશોનું દ્રષ્ટાંત આપીને સમજાવેલી. 1970માં ફેલાયેલી હૈઆ મહામારીના સમયે ઓશોએ કહ્યું હતું કે "ડર સૌથી ખતરનાક વાયરસ છે, મહામારીથી બચવું આસન છે પણ તેના ડરથી બચવું મુશ્કેલ છે. ડરથી ખતરનાક વાયરસ કોઈ નથી. આવી સમસ્યા મૂર્ખી માટે ડર બને છે અને વિદ્વાનો માટે અવસર. સારા પુસ્તકો વાંચવા જોઈએ અને ધ્યાન તો કરવું જ જોઈએ. ધ્યાનથી આપણી ચારે બાજુ સુરક્ષિત વલયોનું નિર્માણ થાય છે જેમાં નકારાત્મક ઊર્જા પ્રવેશી શકતી નથી. માટે ધૈર્ય રાખતા શીખવું જોઈએ. ધૈર્ય રાખવાથી શ્રદ્ધા પ્રગટે છે અને ડર ઊભો થતો નથી."

"ઓશો મારા પણ પ્રિય લેખક છે, મેં એમના ઘણાં પુસ્તકો વસાવ્યા છે" આનંદ બોલ્યો.

સુજાતાબેન ખુશ થઈ ગયા. "મારી નાનકડી લાયબ્રેરીમાં ઓશો, ટાગોર, ગાંધીજી, ગુણવંત શાહ, મહમ્મદ માંકડ વગેરે ઘણા લેખકોના પુસ્તકો છે. નવરાશના સમયે વાંચતી હોઉં છું. મેઘા તને વાંચવાનો શોખ નથી ?" સુજાતાબેને પૂછ્યું.

"મને સમય નથી મળતો બહેન, હું રહી ડોક્ટર. એટલે એને લગતા જર્નલ્સ વાંચીને અપડેટ રહેવું પડે. શોધ નિબંધો પણ રજૂ કરવા પડે, ત્યારે એક સક્ષમ ડોક્ટર બની શકાય. અમારા ક્ષેત્રમાં પણ થીયરીઓ બદલાતી રહે છે. આજે માન્યતા આવતી હોય કે આ દવા ખાવાથી નુકશાન થાય છે. થોડા મહિના પછી પાછી નવી રીસર્ચ આવે કે આ દવા ખાવામાં વાંધો નથી." મેઘાએ જવાબ આપ્યો.

"સાચી વાત છે કોઈ પણ એક ક્ષેત્રમાં જ્ઞાનમાં અપ-ડેટ થતા રહેવું એ પણ કોઈ નાની સિદ્ધિ નથી." સુજાતાબેન બોલ્યા, આનંદે એમાં ટાપશી પૂરાવી.

સાંજે ચા પીને ત્રણે ય જણ છૂટા પડ્યા. આનંદે ખુશ થઈને કહ્યું "મારી આ મુલાકાત યાદગાર રહેશે. મેં ધાર્યું નહોતું કે આપણે મળીશું. પણ મળી ગયા. હું તારી સાથે ફોન પર વાત કરી શકું ?" આનંદે પૂછ્યું.

"હા હા કેમ નહીં ? ગઈકાલે જ મેં તને નંબર આપ્યો છે." અને સુજાતાબેનને કાલે મળીશું કહીને મેઘા નીકળી ગઈ.

સુજાતાબેન અને આનંદ એકલા પડ્યા. સુજાતાબેને આત્મીયતાથી આનંદને પૂછી જ લીધું, "તને મેઘા બહુ ગમે છે?"

આનંદ હસી પડ્યો. "એનામાં ના ગમવા જેવું કંઈ જ નથી. નાનપણમાં અમે ખાસ મિત્રો હતા. પણ એ ઉંમર નિર્દોષતાની હતી. આજે વરસો પછી એને જોઈ તો એ જ આત્મીયતા જે મનમાં ઢબુરાઈ ગઈ હતી એ બહાર આવી ગઈ."

"તે લગ્ન કેમ નથી કર્યા." સુજાતાબેને પૂછ્યું.

"મારે લગ્ન કરવા જ નહોતા. મને મારી રીતે જ જીવવું ગમે છે. ખુશહાલ પોતાની જિંદગી, પોતાની ખુશી, પોતાનો ગમ, એવાં કોઈની દખલ થાય એવું મને ગમે નહીં. મારે ઘણી ફ્રેન્ડસ છે બેંગ્લોરમાં, પણ કોઈના વિશે ગંભીરતાથી વિચાર્યું નથી."

"મેઘા વિશે ?"

આનંદ જવાબ આપ્યા વગર અંદર ચાલ્યો ગયો.

6

પ્રકરણ

સાંજે મેધા પર આનંદનો ફોન આવ્યો હતો, ઘણી વાતો થઈ. એ સવારે વહેલો નીકળી જવાનો હતો. બેંગ્લોર જઈને ફોન કરશે એમ કહ્યું. મેધા ના ન પાડી શકી. એને મન તો નાનપણનો નિદીષ અને રમતિયાળ આનંદ હતો. એને ના પાડવાનું એને કોઈ કારણ લાગ્યું નહીં. આજે વાતાવરણમાં બફારો હતો. રાત્રે વરસાદ પડશે એવું લાગતું હતું. એ બારી પાસે ઊભી હતી અને નાનીની ઉંમરના એક બહેન એમના બંગલામાં પ્રવેશ્યા. રાત્રે સાડા-આઠ વાગ્યા હશે. રાત પડી ગઈ હતી પણ સુવાની તો વાર હતી. નાનીને રાત્રે દસ વાગ્યા સુધી ગુજરાતી સિરિયલો જોવાની ટેવ હતી. નાની તો ટી.વી. જોતા હશે પણ "આ બહેન કેમ આવ્યા હશે ?" મેધાને કુતૂહલ થયુ અને તરત બેલ વાગ્યો. એ રૂમની બહાર આવી પણ જીવીએ બારણું ખોલ્યું હતું. ડાહ્યો અને જીવી પણ સાંજનું કામ પતે એટલે નાની સાથે ટી.વી. જોવા બેસી જતા. બારણું ખોલીને જીવીએ શારદાબેનને બૂમ પાડી "બા, સામેવાળા સરોજબેન આવ્યા છે."

"આવો સરોજબેન કેમ અત્યારે આવવું પડ્યું ?" નાનીએ આવકાર આપ્યો. સરોજબેન નાનીનાં ખાસ બહેનપણી હતા.

"એક મુંઝવણ સતાવતી હતી. તમારા વગર કોને કહું ? દિવસે આવું

અને પાછું કોઈ જોઈ જાય તો પૂછપરછ કરે. ત્યાં કેમ ગયા ? એટલે અત્યારે આવી." અત્યારે તો બધાં જ સહેજ પણ ભણેલા ગણેલા લોકો હોય તે નિયમો પાળતા થઈ ગયા હતા. જો કે અણઘડ માણસોની સંખ્યા પણ ઓછી નહોતી. એટલે જ તો સંક્રમણ વધતું જતું હતું. સરોજબેને માસ્ક તો પહેરેલો જ હતો. સામેના સોફા પર અંતર જાળવીને બેઠા. ટેબલ પર પડેલી સેનેટાઈઝરની બોટલમાંથી હાથ સેનિટાઈઝ કર્યા. નાનીએ ટી.વી. બંધ કર્યું, ડાહ્યો અને જીવી ઊભા થઈને અંદર ગયા.

સરોજબેને વાત ચાલુ કરી. એમના દીકરાની દીકરી ક્ષમાના વેવિશાળ જાન્યુઆરી મહિનામાં જ થયા હતા. છોકરો કોઈમ્બતુરનો હતો. આમ પણ ક્ષમા થોડી મોટી થઈ ગઈ હતી. બધી રીતે યોગ્ય હતી પણ વજન એનું વધારે હતું એટલે વિવાહમાં ઘણી મુશ્કેલીઓ આવતી હતી. અરે, છોકરો જાડિયો હોય વજન ક્ષમા કરતા પણ વધારે હોય પણ એને છોકરી તો પાતળી પરમાર જ જોઈતી હોય. ઘરના બિચારા ટેન્શનમાં રહેતા. સરોજબેનના દીકરાને સાડીની દુકાન હતી. એમને કોઈમ્બતુર, કલકત્તા, બનારસ બધેથી જ માલ આવતો. વેપારીઓ સાથે સારા સંબંધ હતા. જાન્યુઆરી મહિનામાં કોઈમ્બતુરથી એક વેપારી આવ્યા હતા તો એમને ઘેર જમવાનું નિમંત્રણ આપવામાં આવ્યું હતું. ઘેર એ જમવા આવ્યા ત્યારે ક્ષમાએ સારી સરભરા કરી હતી. ક્ષમાના પપ્પાએ એમને મિત્રભાવે પોતાની મુંઝવણ કહી હતી કે દીકરી તો બહુ ડાહી અને હોંશિયાર છે પણ વધારે વજનના લીધે ઠેકાણું પડતું નથી. પેલા વેપારીના સાળાનો દીકરો પણ ભારે શરીરનો હતો. એ લોકો કોઈમ્બતુર જ રહેતા હતા અને એને પણ છોકરીઓ એનું વજન જોઈને ના પાડતી હતી. ક્ષમાના પપ્પાની ઇચ્છા હોય તો એ કોમ્બતુરથી એ લોકોને બોલાવે એમ પૂછેલું. સારા કામમાં વિલંબ શેનો ? અને એ લોકો કોઈમ્બતુરથી આવી ગયા હતા. મુલાકાત યોજાઈ હતી. ક્ષમા અને સચિન એકબીજાને ગમ્યા હતા. વડીલોને પણ વાંધો નહોતો. ઝટ મંગની અને પટ બ્યાહની જેમ વિવાહ કરી નાખવામાં આવ્યો હતો. પણ શહેરો જુદા હોવાથી છોકરો-છોકરી મળી કેવી રીતે શકે ? એટલે એપ્રિલમાં જ લગ્ન ગોઠવી દેવામાં આવ્યા હતા. પણ માર્ચ મહિનાથી

લાગેલા લોકડાઉને દાટ વાળ્યો હતો. એપ્રિલમાં તો વિચાર કરવાનો પ્રશ્ન જ નહોતો પણ હવે જુલાઈ મહિનામાં થોડી અગવડ વેઠી અને ગાડીમાં આવે, સાદાઈથી લગ્ન કરીને ક્ષમાને લઈ જાય એવો આગ્રહ અહીંયાં સરોજબેનના ઘરમાંથી હતો. ક્ષમા પણ અધીરી થઈ ગઈ હતી. એક પછી એક મહિના બદલાતા જતા હતા પણ પરિસ્થિતિ ત્યાંની ત્યાં જ હતી. સચિન પણ તૈયાર હતો પણ એના ઘરવાળા તૈયાર નહોતા. એમને આટલી લાંબી મજલ ગાડીમાં કાપવી નહોતી. આજે ક્ષમાના પપ્પાએ જરા આગ્રહ કર્યો તો સચિનના પપ્પાએ કહી દીધું એવી ઉતાવળ ના ચાલે. તમે ત્યાં જ બીજું શોધી લો. તો ક્ષમા તો રડ્યા કરે છે. હવે કરવું શું ?

મેઘાએ આખી વાત શાંતિથી સાંભળી. પછી સરોજબેનને પૂછ્યું, "આન્ટી, સચિનની શું ઇચ્છા છે ?"

"સચિન પણ મા-બાપના વર્તનથી દુઃખી છે" એમ ક્ષમા કહેતી હતી.

"જો છોકરો-છોકરીની સંમતિ હોય તો તમારે એ લોકો જ અહીં આવે એવો આગ્રહ ના રાખવો જોઈએ. જો એ લોકો હા પાડે તો તમે લોકો પણ સામા જઈ જ શકો ને ? થોડી હાડમારી તમે ભોગવી લો. ત્યાં એક સારી હોટલમાં ઉતરીને પ્રસંગ પતાવી દેવાનો. એ લોકો અહીં આવ્યા હોત તો જાનનો ખર્ચો તો તમે જ ભોગવ્યો હોત ને ? પછી બધું થાળે પડે એટલે મોટી પાર્ટી રાખી દેવાની."

સરોજબેનના ગળે વાત ઉતરી. નાનીએ પણ કહ્યું કે "વાત વિચારવા જેવી છે."
સરોજબેન ઊભા થતા કહ્યું "મારા દીકરાને વાત કરી જોઉં, શું કહે છે?"

બહાર વરસાદ ચાલુ થઈ ગયો હતો. (મેઘાને પાછો નિખિલ યાદ આવી ગયો. શું કરતો હશે નિખિલ ?) બહાર ઝાડપાન ભીંજાઈ રહ્યા હતા. અંદર મેઘાનું હૈયું ભીંજાઈ રહ્યું હતું. આંખો અકારણ જ વરસી રહી. એના પર ગુસ્સો તો હશે જ પણ એકલો પણ પડી ગયો હશે. એ કોઈ બીજી

શોધી લેશો તો ? મેઘા ભૂલી શકશે ? અત્યારે પણ ક્યાં ક્ષણ માટે ભૂલી શકે છે ? એનું હૈયું ફોન કરવા અધીરું થઈ જતું. પણ પછી તરત જ હૈયા પર મણનું તાળું દેવાઈ જતું.

નિખિલના મનમાંથી પણ મેઘા ખસતી નહોતી. "મેઘા એકાએક બદલાઈ કેવી રીતે ગઈ ? શું કારણ હોઈ શકે ?" કારણ આવે એટલે એનું મગજ શૂન્ય થઈ જતું. એ મનમાં નક્કી કરતો કે "હવે એ મેઘાના વિચારો નહીં કરે." બીજું ઘણું ય અત્યારે કરવાનું હતું. પણ જીવ ચોંટતો ન હતો. એ એના વિચારો બીજી બાજુ વાળવા મથતો હતો અને આજે ઓફિસ ગયો તો પ્રિયંકા સામી મળી ગઈ. આમ તો કાયમ એ વટમાં જ રહેતી. પણ આજે જરા વધારે વટમાં હોય એવું લાગ્યું. નિખિલ જરા મુડમાં હતો. એણે અભિવાદન કર્યું,

"હાય, પ્રિયંકા યુ લુક સ્ટનીંગ !" નિખિલનો રીસપોન્સ જોઈને ક્ષણ માટે પ્રિયંકા વિચારમાં પડી પણ તરત જ ખુશ થઈ ગઈ.

"અરે વાહ નિખિલ, આજે તો તું મુડમાં લાગે છે. આજે મારો બર્થ ડે છે. ઓફિસ પતે પછી એક કલાક ઓફિસની કેન્ટીનમાં જ રોકાવાનું નક્કી કર્યું છે. બધાં જ રોકાવાના છે. તું રોકાઈશને?"

"સમયસર ઘેર પહોંચી જવાશે ?"
"હાસ્તો, ઓફિસ અવર્સ છ વાગે પતે છે. કરફ્યુ નવ વાગ્યાથી શરૂ થાય છે. ઘેર તો પહોંચી જ જવાય ને ?"
"તો તું રોકાઈશ એમ માની લઉં છું."

"ઓ.કે. આજે ચાલો ત્યારે ઘણા વખતે બર્થ ડે સેલીબ્રેશન કરી નાખીએ." નિખિલિ વિચાર્યું અને ઘેર મમ્મીને ફોન કરી દીધો કે, એ નવ વાગ્યા પહેલાં આવી જશે અને જમશે નહીં. સાંજે ઓફિસની કેન્ટીનમાં બધાં ભેગા થયા ત્યારે ઘણાને નવાઈ લાગી કે આજે નિખિલ રોકાયો છે ? પ્રિયંકાના ફ્રેન્ડસે સારી એવી તૈયારી કરી હતી. ચીઝ કેક ઓર્ડરથી બનાવડાવી હતી અને પિત્ઝા, સમોસા અને ક્લબ-સેન્ડવીસ કેન્ટીનમાં

જ ઓર્ડર આપેલો. કેન્ટીન થોડી ડેકોરેટ પણ કરેલી. ગોલ્ડન ઝાંખી લાઈટો હતી અને ધીમું મ્યુઝીક વાગી રહ્યું હતું. અત્યંત માદક વાતાવરણ હતું. નિખિલ ક્ષણભર પોતાની વેદના ભૂલી ગયો અને રંગીન રંગોમાં ભળવા માંડ્યો. પ્રિયંકાએ બોસને પણ કહ્યું હતું એટલે એ પણ રોકાયેલા હતા. એ પણ કાંઈ મોટા નહોતા. આજની ઈન્ટરનેશનલ કંપનીઓ C.E.O. જ એપોઈન્ટ કરી દે છે. તેમના થકી જ વહીવટ ચાલતો હોય છે અને અઠવાડિયે હેડ ઓફિસમાં રિપોર્ટ કરવાનો હોય છે. બોસને પણ નિખિલને જોઈને થોડી નવાઈ લાગી પણ પછી ખુશ થયા. એમને ઓફિસમાં સૌથી વધારે નિખિલ સાથે ફાવતું હતું. કેક કટ કરી અને એકબીજાના મોઢામાં મુકવા માંડ્યા. નિખિલે પ્રિયંકાના મોઢામાં કેક મૂકીને હગ કર્યું "હેપ્પી બર્થ ડે પ્રિયંકા." પ્રિયંકા ઝૂમી ઉઠી અને નિખિલની આગળ પાછળ ફરવા માંડી. પ્રિયંકાનો ખાસ ફ્રેન્ડ મીત આ જોઈને મનોમન થોડો ગુસ્સે થઈ ગયો. એને પોતાનો ઈગો ધવાયો હોય એમ લાગ્યું. થમ્સઅપ અને સ્પ્રાઈટના પીણા ફરતા હતા એમાં વેઈટરને પૈસા આપીને રમ ભેળવી દીધો અને છોકરાઓને જ સર્વ કરવાનું કહ્યું, ખાસ કિસ્સામાં નિખિલને. મોટાભાગના છોકરાઓને ખ્યાલ આવી ગયો પણ નિખિલ તો જરાપણ ડ્રીંક લેતો નહોતો એટલે એને ખ્યાલ પણ ના આવ્યો અને ચઢી પણ ગઈ. પ્રિયંકા નિખિલ પાસે આવીને બોલી, "લેટ અસ ડાન્સ નિખિલ."

"સ્યોર, સ્યોર ! મેધા !" કહીને પ્રિયંકાનો હાથ ઝાલ્યો.
પ્રિયંકા પોતાના નામના બદલે બીજાનું નામ સાંભળીને ક્ષણ માટે ખમચાઈ ગઈ. આ તકનો લાભ લઈને મીતે નિખિલને હડસેલો માર્યો, "ચલ દૂર હટ, તને ચઢી ગઈ લાગે છે."

ડઘાઈ ગયેલા નિખિલે મીતને કોલરેથી પકડ્યો અને બરાડો પાડ્યો, "શું સમજે છે તારા મનમાં ?" બધાં જ સડક થઈ ગયા. વાતાવરણમાં સન્નાટો છવાઈ ગયો. બાર જણા રોકાયા હતા એમાં ત્રણ છોકરીઓ હતી. એ લોકો ચાલવા માંડ્યા. બોસે એમને રોક્યા. બોસને ખ્યાલ આવી ગયો. બોસે માંડ માંડ મીતનો કોલર છોડાવ્યો અને નિખિલને ખુરશી પર બેસાડી દીધો. વેઈટરને લીંબુ પાણી બનાવવાની સૂચના આપી

અને બોસે પૂછ્યું,

"આર યુ ઓકે નિખિલ ?"
વેઈટર ઝડપથી લીંબુ પાણી લઈ આવ્યો. એમણે નિખિલને પીવડાવી દીધું અને બધાને કહ્યું, "તમે ચાલુ રાખો. હું નિખિલને લઈને નીકળું છું."
નિખિલનો હાથ પકડીને કહ્યું, "ચાલ હું તને ઘેર ઉતારી જાઉં છું."

"ના ના આઈ એમ ફાઈન, હું બરાબર છું. મારા બાઈક પર જતો રહું છું."
"બાઈકને અહીં રહેવા દે, તું મારી સાથે ચાલ, સવારે હું જ તને પીકઅપ કરી લઈશ."

નિખિલ કંઈ બોલી શક્યો નહીં. ગાડી ચલાવતા બોસે પૂછ્યું, "મેઘા કોણ છે ?"

નિખિલે જવાબ આપ્યો નહીં.

"જો, નિખિલ મને તારા અંગત જીવનમાં રસ નથી. પણ થોડાં દિવસથી હું જોઉં છું કે તું મુંઝાયેલો હોય છે. કામમાં પણ તારો જીવ નથી. મારે તને શેક્સપીયરની પંક્તિઓ યાદ કરાવવી છે. કોઈ પ્રેમ કરીને ઊડી જાય તો દુ:ખી ના થવું, રાહ જોવી. જો પાછું આવે તો સમજવું ક્યારેય દૂર ગયું જ નહોતું અને પાછું ના આવે તો સમજવું ક્યારેય મારું હતું જ નહીં. માટે તારા જીવનમાં જે કાંઈ બન્યું હોય તેના પ્રત્યે ધીરજ રાખ. બધું સારું થઈને રહેશે. આવી રીતે તો તું ભટકી જઈશ. તારી જાતથી છૂટો પડી જઈશ."

"સોરી સર, હવે હું યાદ રાખીશ. અને આવી ભૂલ ના થાય તેનો ખ્યાલ રાખીશ."

ઘર આવી ગયું હતું. એ કોઈને ય મળ્યા વગર સીધો એના રૂમમાં ચાલી ગયો. હમણાંથી નિખિલનું વર્તન થોડું વિચિત્ર હોય છે. "મને ચિંતા થાય છે." એના મમ્મી બોલી ઉઠ્યા. ડૉ. અમીષ પણ ઊભા થઈને

રૂમમાં ચાલી ગયા. એમણે રિયા પાસે ઘેર ફોન કરાવ્યો હતો કે, "મેધા ક્યારથી હોસ્પિટલમાં આવવાનું શરૂ કરવાની છે ?" ત્યારે ખબર પડેલી એ વડોદરા છે અને હજી નક્કી નથી કે ક્યારે આવશે. હોસ્પિટલમાં લેખિત જણાવી દેવામાં આવ્યું હતું. તેઓ નિરાશ થઈ ગયેલા. વાતનું વતેસર તો નહીં થઈ જાય ને ? એ વાતની એમને ચિંતા ઘેરી વળેલી. રિયાને પણ પૂછવાનું મન થઈ ગયેલું કે "સાહિલની જોબનું ઠેકાણું પડ્યું ?" પણ પૂછી શકેલા નહીં. એક નાની સરખી વાતના લીધે કેટલા બધાના મન પર ભાર થઈ ગયો હતો.

નિખિલ રૂમમાં જઈને કપડાં બદલીને જેવો પલંગ પર પડ્યો એવો ઊંઘી ગયો. મનથી થાકી ગયો હતો અને વળી ડ્રીંકની અસર... એની આંખ સીધી સવારે જ ખુલી. એ ઝડપથી તૈયાર થઈ ગયો. આજે પાછ બોસ એને લેવા આવવાના હતા. બહાર આવ્યો અને મમ્મીને ચા-નાસ્તો ટેબલ પર ગોઠવતા જોઈને મદદ કરવા લાગી ગયો. મમ્મી પણ ખુશ થઈ ગયા. "ગઈ કાલે શું થયું હતું ? આજે તો સ્ફૂર્તિમાં લાગે છે."

"હા મમ્મી, ગઈ કાલે થાકી ગયેલો."

મમ્મી સાથે ચા-નાસ્તો કરીને નીકળી ગયો. પપ્પા અને ભાઈ હજુ બહાર આવ્યા નહોતા. નીચે આવીને ઊભો રહ્યો અને પાંચ જ મિનિટમાં બોસ આવી પણ ગયા. ઓફિસે પહોંચીને પ્રિયંકા અને મીતને સોરી પણ કહી દીધું. મીતને નવાઈ લાગી અને પ્રિયંકા તો જાણે વધારે મોહી પડી. આજે ઓફિસનું થોડું કામ પતાવીને વાડજમાં આવેલા સોરાબજી કંપાઉન્ડની ચાલીમાં સર્વે કરવા જવાનું હતું. કેટલા લોકોના કામ ચાલુ થયા છે અને શું શું જરૂરિયાતો છે?

રિયાને હમણાં કામ રહેતું હતું. સાહિલ હાલ પૂરતું તો કોપીરેશનની કોરોના વોરિયર્સની ટીમમાં ડોક્ટર તરીકે નામ નોંધાવી દીધું હતું. એટલે ચાર-પાંચ જણની બનેલી એક ટીમમાં તે ડોક્ટર તરીકે નિમાઈ ગયો હતો. એટલે હાલ પૂરતી તો શાંતિ હતી. જુલાઈ અડધો તો પતી

ગયો હતો. અનલોક-4 સાથે નવો શબ્દ ઉમેરાયો હતો ન્યૂ નોર્મલ. જીવન નોર્મલ કરવાનું હતું, પણ નવા નિયમો સાથે. ચોમાસાની ઋતુ ચાલતી હતી. આ વર્ષે અધિક મહિનો આવ્યો હોવાથી બધાં તહેવારો વહેલા હતાં. ઓગસ્ટ શરું થતા જ પહેલાં અઠવાડિયામાં જ રક્ષાબંધન આવતી હતી. કોરોના મહામારીના લીસ્ટમાં એક નવી ઉપાધિ ઉમેરાઈ હતી અને તે હતો ચીકનગુનિયા. ઘેર ઘેર ચીકનગુનિયાના કેસો વધતા જતા હતા. કોર્પોરેશન રસ્તા પર જંતુનાશક પાવડર છાંટવામાં અને હવામાં જંતુનાશક ધુમાડાની ટ્રકો ફેરવવામાં લાગી ગયું હતું અને ખરેખર એકાદ મહિનામાં રોગ કાબૂમાં આવી ગયો હતો. ગાંધીજીએ "હિન્દ સ્વરાજમાં" લખ્યું છે 'સારા કામની નોંધ કોઈ લેતું નથી.' લાખો કુટુંબો સંપ-પ્રેમભાવથી રહેતા હોય છે. પણ એકાદ છમકલા જેવું કોઈ દુષ્કર્મ આચરે તો તેનો ઢંઢેરો પીટી નાખવામાં આવે છે. છાપાઓ, સમાચારો, સામાયિકો બધામાં એ જ સમાચાર હોય. એવી જ રીતે આ વૈશ્વિક મહામારીના કપરાં સમયમાં ભારત સરકારના સાવચેતીભર્યા પગલાંથી લોકોને ભૂતકાળમાં દરેક સદીમાં આવતી મહામારીમાં લોકોને ભોગવવી પડતી હાલાકીના પ્રમાણમાં આ સદીમાં આવેલી મહામારીમાં એટલી મુશ્કેલી ભોગવવી પડી નથી એવી સરખામણીઓ છાપામાં આવતી તે વાંચવાની મજા પડતી હતી. પણ તેની કોઈ કિંમત મોટભાગના લોકોને નથી. આમ જોવા જાઓ તો એકપણ વસ્તુની (અનાજ-દૂધ-પેટ્રોલ) અછત ઊભી થઈ નથી. ભાવો આસમાને ગયા નથી. અમેરિકા જેવી મહાસત્તા અને બ્રિટન અને યુ.કે. જેવા દેશોમાં વસાતા લોકોના પ્રમાણમાં ભારતીયોની હાલત ભારત સરકારના રાજમાં પ્રશંસનીય રહી છે. ભારત દેશની વસતિનો આંકડો જ એટલો મોટો છે કે સંક્રમણ ફેલાતા વાર ન લાગે. છતાંય કાયદો-વ્યવસ્થા જળવાયેલા રહ્યા છે.

ડૉ. સાહિલને કોર્પોરેશનમાં કામ કરવાની તક મળી તેનો લાભ તેણે નિષ્ઠાથી નિભાવ્યો. ખૂબ ખંતથી કામ કર્યું. તેને સંનિષ્ઠ તબીબ કાર્યકર તરીકે સન્માનવામાં પણ આવ્યો. રિયા મેધાને બહુ યાદ કરતી. મેધા સાંભળે તો કેટલી ખુશ થાય ! પણ બંને સખીઓ એકબીજાને ખૂબ યાદ કરવા છતાં ફોન કરવાનું ટાળતી.

7

પ્રકરણ

મેધાના દિવસો પસાર થઈ રહ્યા હતા. નાનાનો ક્વોરેન્ટાઈન પીરિયડ પતી ગયો હતો. નાનાની તબિયત સારી હતી પણ હવે એમને કંટાળો આવતો હતો. બે-ત્રણ નીચલા સ્તરના માણસો જેમનું એ ધ્યાન રાખતા હતા એ લોકો મુશ્કેલીમાં હતા. એમના ફોન આવ્યા હતા અને નાના હવે અધીરા થઈ ગયા હતા. એકવાર એ આ જેલમાંથી મુક્ત થાય એટલે એમને ઘણા કામ કરવા હતા. નેટ-બેન્કિંગ એમને ફાવતું નહીં એ ડ્રાયવરને ચેક આપી ઘેર પૈસા મંગાવી લેતા અને બધો વહીવટ રોકડા પૈસાથી કરતા. હવે પૈસા મંગાવવાનો સમય આવી ગયો છે. મેધાએ સમજાવ્યા હતા કે "હવે થોડા દિવસ માટે કંટાળો નહીં" છતાં એમણે ડ્રાયવર બોલાવીને પૈસા મંગાવી લીધા હતા. નયનાબેનનો પણ ફોન આવી ગયો હવે કે મેધાને ક્યારે લઈ જાય ! પણ નાના એ કહ્યું હતું "મારી સાથે થોડા દિવસ રહેવા દે પછી લઈ જજે મેધાને..."

મેધાને સુજાતાબેન સાથે ફાવી ગયું હતું એ એમને ઘણું ખરું બહેન જ કહેતી. સુજાતા બહેન પણ એના ઉપર બહુ હેત રાખતા. તેમની પાસે દરરોજ જતી. જાત જાતની વાતો થતી. એમની પાસેથી શીખવા પણ ઘણું મળતું. એમનું વાંચન વિશાળ હતું અને અનુભવો પણ બહોળા હતા. દરેક અનુભવમાંથી એ નવું શીખતા. મેધાને પણ એ જ સમજાવતા કોઈ દિવસ ઉતાવળિયું પગલું ભરવું નહીં.

આજે સુજાતાબેનને ત્યાં ગઈ ત્યારે કોમલ એના દીકરાને લઈને આવી હતી. સુજાતાબેને મેઘા સાથે ઓળખાણ કરાવી. "કોમલ આ મેઘા છે, અમદાવાદથી આવી છે. ડોક્ટર છે. અમદાવાદની સિવિલ હોસ્પિટલમાં આસીસ્ટન્ટ ડોક્ટર તરીકે સેવા આપે છે. મેઘા આ કોમલ છે." બંને જણે એકબીજાને હાથ જોડીને અભિવાન કર્યું.

દીકરાએ કહ્યું, "મમ્મી તું બેસ, હું કલાકમાં આવી જઈશ." અને એ ગયો. ત્રણે જણા વાતોએ વળગ્યા.

"ત્રણ-સાડાત્રણ મહિનાથી બહાર જ નથી નીકળ્યા. આપણે તો સમજીએ પણ છોકરાઓ બહુ કંટાળી જાય છે. કૉલેજો પણ ક્યાં ખુલી છે ? ઓનલાઈન ભણવામાં ભાઈબંધોને મળાતું નથી, કૉલેજ કેમ્પસમાં ભેગા થવાતું નથી. બધા મિત્રો એકબીજાને ફોન કરીને એક જ ફરિયાદ કરતા હોય છે. ક્યારે મળાશે ? લોકડાઉનને ગમે એટલા સકારાત્મક થઈને રહીએ પણ સ્પર્શ અને સાનિધ્યની તલપ તો મનમાં રહે છે જ. આજે એના મિત્રની વર્ષગાઠ હતી તો ચાર જ જણ એના ઘેર મળવાના હતા. મને પણ કંટાળો આવ્યો હતો એટલે મેં સુજાતાબેનને ફોન કર્યો, અને કહ્યું કે મને અહીં મૂકીને જજે અને કલાકમાં આવી જજે."

"સારું કર્યું જો આવી તો મેઘાને મળાયું ને ?" સુજાતાબહેને કહ્યું. એમણે લીંબુના શરબતના ગ્લાસ ફ્રીજમાં તૈયાર જ રાખેલા તે એક ટ્રેમાં લઈ આવ્યા. થોડી આડીઅવળી વાતો કર્યા પછી મેઘાએ કોમલને પૂછ્યું,

"તમે બે એકલા જ રહો છો ? તમારા પતિ નથી ?"

"પતિ તો છે પણ અમે બે જુદા રહીએ છીએ."

"ડિવોસી છો ?"

"ના, ડિવોર્સ પણ નથી લીધા. સાચું પૂછો તો છૂટા પડ્યા પછી અમે નથી

કોઈ દિવસ મળ્યા કે નથી કોઈ દિવસ વાત કરી."

"સ્ટ્રેન્જ !" મેઘા બોલી ઊઠી ! "એણે તમારા દીકરાને પણ મળવાનો પ્રયત્ન નથી કર્યો ?" નવાઈ લાગે છે.

"એમાં નવાઈ પામવા જેવું નથી મેઘા. આપણી આજુબાજુ જાતજાતના લોકોનો મેળો છે, દરેકનું વિશ્વ જૂદું, સ્વભાવ જૂદો અને જીવન જીવવાની રીત પણ જૂદી. મેં એને પ્રેમ કરેલો, સાચા હ્રદયનો પ્રેમ !" કોમલે પોતાની વાત શરૂ કરી. "અમે કૉલેજમાં સાથે ભણતા હતા. એકવાર કૉલેજમાંથી એક પીકનીકમાં ગયેલા અને ત્યાં અંતાક્ષરી રમતા રમતા ક્યારે પ્રેમમાં પડી ગયા એની ખબર જ ના પડી. છોકરીઓની ટીમની હું લીડર અને છોકરાઓની ટીમનો ગૌરાંગ લીડર. બંને ગીતો ગાવામાં એક્કા, સામ સામે ગીતોની એવી રમઝટ ચાલી કે જાણે એકબીજા માટે ગાતા હોઈએ, સાંજ પડી ગઈ પણ બેમાંથી એકપણ ટીમ હારી નહીં પણ અમે બે દિલ હારી ગયા. પછી તો દરરોજ મળવા માંડ્યા. લેક્ચરોમાં બંક મારીને કેમ્પસમાં આવેલા વડના ઘેઘુર ઝાડની નીચે થડને અઢેલીને બેસી રહેતા. કોઈકવાર તો એ મારા ખોળામાં માથું મૂકીને સૂઈ પણ જતો. હું ઘણી વાર ભવિષ્યના સ્વપ્ના જોતી. પણ ત્યારે મને ખ્યાલ નહોતો આવ્યો કે ભવિષ્યની વાતોમાં એને બહુ રસ પડતો નહીં એ ક્ષણોને માણવાવાળો જીવ હતો. તું મારી સાથે છું એટલે મારે દુનિયા ભૂલી જવી છે, બસ એક જ સ્વપ્નમાં રાચવું છે એક તું અને એક હું. અને તું નહીં માને મેઘા પણ હું એટલી અંજાઈ જતી કે મને એના સિવાય કંઈ દેખાતું જ નહોતું. આમને આમ, કૉલેજ પતી અમે ઘરમાં અમારા લગ્ન માટે વાત કરી. ગૌરાંગના ઘરના તો તૈયાર જ હતા. પણ મારી મમ્મી અને મારા ભાઈએ સખત વાંધો લીધો. પપ્પા તો હતા નહીં, મમ્મી ભણેલી અને વ્યવહારમાં કુશળ હતી. ભાઈ એન્જિનિયરીંગનું ભણતો હતો. અમારા બે વચ્ચે ફક્ત દોઢ વર્ષનો જ ફરક હતો એ મારાથી દોઢ વર્ષ મોટો હતો પણ માસ્ટર્સ કરતો હતો અને છેલ્લા વર્ષમાં હતો. મારું ડિઝાઈનીંગમાં આગળ વધવાનું સ્વપ્ન હતું. ગૌરાંગના ઘરમાં કોઈ ભણેલું નહીં, કાપડની પેઢી ચાલતી હતી. જો કે ગૌરાંગ આર્ટમાં સારો હતો પણ જરાય નિયમીત નહોતો. એના મિત્ર

આ લાઈન લીધી એટલે એણે પણ લઈ લીધેલી. ફક્કડ ગીરધારીની જેમ મારી સાથે બેસી રહેવામાં છેલ્લા વર્ષમાં તો નાપાસ થયેલો પણ મારે તો પેઢી પર જ બેસવાનું છે ને એમ કહી પેઢી પર જતો થઈ ગયેલો. એ સમયે એના માટે હું એટલી આંધળી હતી કે મને કોઈ વ્યવહારની વાતો સમજાઈ નહીં. મારી મમ્મી કહે કે એ તો પેઢી પર જતો રહેશે પછી તું શું કરીશ? ઘરના બૈરાઓ જોડે ઘરકામમાં જોતરાઈ જઈશ? તારી કેરિયરનું શું? તારા સ્વપ્નનું શું? મને ગૌરાંગે કીધું છે તારે જે કરવું હોય તે કરજે. હું પાંગળો બચાવ કરતી. પણ મારી મમ્મી તો માની જ નહીં. એણે ધરાર મારા વિવાહ એક શિક્ષિત ઘરમાં કરી નાખ્યા. મારો થનારો પતિ ડૉક્ટર હતો. શાંત અને સાલસ હતો. એ મને બહાર લઈ જાય તો હું એની સાથે સારી રીતે વાત કરતી નહીં. પણ બિચારો મને છોકરમત માની લેતો. બપોરે ગૌરાંગ સાથે ગપાટા મારતી. છ મહિનામાં મારા લગ્ન લેવાયા. મેં શું તૈયારીઓ કરી. ક્યાં કલરની સાડીઓ ખરીદી, પતિ સાથે ક્યાં ગઈ એ બધો એહવાલ સાંજ પડે ગૌરાંગને આપતી. મારા લગ્નને બે જ દિવસ બાકી હતા, કંકોત્રીઓ પણ વહેંચાઈ ગઈ હતી અને જેમ કોઈવાર સોડાની બાટલી ખોલીએ અને ક્ષણ માટે ફીણ ઉભરાઈ જાય એમ ક્ષણિક ઊભરો ગૌરાંગને આવ્યો.

"મેં ફોન કર્યો એટલે મને કહે, 'તું ખરેખર લગ્ન કરીને ચાલી જઈશ? હું તો સાવ એકલો પડી જઈશ. ચાલ આપણે ભાગી જઈએ.' હું તો તૈયાર જ હતી. મને આ થનારા લગ્નમાં કે પતિમાં કોઈ રસ હતો નહીં. એણે એના એક મિત્રની મદદ લીધી અને લગ્નની આગલી સાંજે અમે બે ભાગી ગયા. કલાક પછી કોઈકને ખ્યાલ આવ્યો કે કોમલ ઘરમાં નથી. પછી એ લોકો શોધવાનો પ્રયત્ન કરે ત્યાં સુધીમાં તો અમે બે જણાએ એક મંદિરમાં એના બે-ત્રણ મિત્રોની હાજરીમાં લગ્ન કરી લીધા હતા અને આબુના રસ્તે નીકળી ગયા હતા. મમ્મીને એ સમયે કેવું નીચાજોણું થયું હશે એની કલ્પના અત્યારે કરું છું તો આંખમાં પાણી આવી જાય છે. તાત્કાલિક ધોરણે છાપાઓમાં લગ્ન મુલતવી રહેલા છે એવી જાહેરખબર આપવી પડેલી. અને બંને પક્ષો પર વરસેલી પ્રશ્નોની ઝડી એમણે કેવી રીતે ઝીલી હશે એનો વિચાર મેં ત્યારે નહોતો

કર્યો પણ પાછળથી ઘણો પશ્ચાતાપ થયેલો. બે-ચાર દિવસ આબુની હવા માણીને, હવે મામલો થાળે પડ્યો હશે એમ વિચારને ઘેર આવ્યા. ગૌરાંગનું ઘર તો ખુલ્લું જ હતું. આવીને મમ્મીને ફોન કર્યો ત્યારે ગુસ્સામાં હતી. 'મારે કોઈ છોકરી નથી, મહેરબાની કરીને મને ફોન ના કરતી.' કહીને મૂકી દીધો. મનના થોડા ભાર સાથે અમારું લગ્ન જીવન શરૂ થયું. શરૂઆતમાં તો કંઈ વાંધો આવ્યો નહીં. સાસુ ઘણું હેત રાખતા, નણંદ પણ સખી બની ગઈ હતી. એની સાથે સમય ક્યાં પસાર થઈ જતો એની સમજણ પડતી નહીં. થોડા દિવસોમાં એકવાત મનમાં આવી આવીને જતી રહેતી હતી. હું ગૌરાંગને ફોન કરું તો શું કામ હતું ? ફોન કેમ કર્યો ? એવી ઔપચારિક વાતો કરીને ફોન મૂકી દેતો. પહેલાં જેવો ઉમળકો એના અવાજમાં વર્તાતો નહીં. પેલી સોડાની બાટલીની જેમ ઉભરો શમી જાય એટલે ફીસ કરતું ફીણ અદ્રશ્ય અને રહી જાય કેવળ પ્રવાહી, એવી રીતે એને હું મળી ગઈ એટલે પેલી કહેવતની જેમ 'શેઠ આવ્યા તો નાખો વખારે' જેવું વર્તન મને ધીમે ધીમે ખૂંચવા માંડ્યું. એનો એક ખાસ મિત્ર હતો, એના ઘેર ત્રણ-ચાર મિત્રો દરરોજ રાત્રે ભેગા થતા અને દારૂની મહેફિલ જામતી. ગૌરાંગ પેઢીએથી આવીને જમી લેતો અને માંડ અધી કલાક બેસે અને એના મિત્રને ત્યાં ઉપડી જતો. કોઈવાર હું કહું કે ચાલને બહાર આંટો મારવા જઈએ, આઈસ્ક્રીમ ખાઈને પાછા આવીશું તો કહેતો કે રવિવારે તો બહાર જઈએ છીએ, અત્યારે શું છે ? અને ચાલી જતો. મારું મોઢું પડી જતું. ધીમે ધીમે ભર્યા ઘરમાં પણ મને એકલતા લાગવા માંડી. ખાલીપાનું રણ વિસ્તારવા માંડ્યું. ચહેરાની નજાકત મુરઝાવા માંડી અને એક દિવસ મને ખબર પડી કે હું ગર્ભવતી છું. ઘરમાં ખુશીનો માહોલ છવાઈ ગયો. સાસુએ હિંમત કરીને મારી મમ્મીને ફોન કર્યો. મમ્મી પણ થોડી ઢીલી પડી હતી, પણ માંદી હતી. મારા વગર હિજરાતી હતી. ભાઈએ એની પસંદની છોકરી સાથે સાદાઈથી લગ્ન કરી લીધા હતા. સાસુએ સમાચાર આપ્યા એટલે મમ્મી ખુશ થઈ અને કહ્યું કે 'કોમલને ઘેર મોકલજો.' મારી ખુશીનો પાર ના રહ્યો. પણ પગ ઉપડતો નહોતો. સાસુએ ગૌરાંગને કહ્યું 'આજે બહાર ના જતો, કોમલને એના પિયર લઈ જા.' એના હૈયે રામ વસ્યા તો વળી માની ગયો અને મને લઈને મમ્મીને ત્યાં જવા તૈયાર થયો. અમે ઘેર

પહોંચ્યા તો ભાઈ હજુ ગુસ્સામાં હતો એ અને ભાભી ઊઠીને એમના રૂમમાં ચાલી ગયા. મમ્મી અને હું પહેલા તો એકબીજાને વળગીને ખૂબ રડ્યા. અમારા મનનો ભાર હલવો થયો. મમ્મીએ ખબર પૂછી અને હું ત્યાં આવતી જતી થઈ. ગૌરાંગ આવતો નહીં, ભાઈના વર્તનથી એને ઠેસ પહોંચી હતી અને હું પણ આગ્રહ કરતી નહી. "મહિનાઓ વીતતા ગયા અને નવમો મહિનો પૂરો થયો અને યશનો જન્મ થયો. યશનું આગમન બંને કુટુંબમાં સુમેળ સાધવાનું કારણ બન્યું. ભાઈ પણ ક્ષણો પડ્યો અને હોસ્પિટલમાંથી મને અમારા ઘેર લઈ આવ્યો. ત્રણ મહિના ખૂબ સારી કાળજી લઈને મમ્મીની ઇચ્છા પ્રમાણે જીયાણું પણ કર્યું. ત્રણ મહિને હું સાસરે આવી અને મારા સંસારમાં પરોવાઈ ગઈ. મારા સમગ્ર અસ્તીત્વનું કેન્દ્રસ્થાન યશે લઈ લીધું. યશના ઉછેરમાં હું પરોવાઈ ગઈ. મમ્મીને ત્યાં પણ બહુ ઓછું જતી હતી. ફોન કરીને જ ખબર પૂછી લેતી. આમ, પણ ગૌરાંગનું ધ્યાન મારા પ્રત્યે ઓછું જ હતું પણ મારું ધ્યાન પણ એના પરથી ખસીને યશમાં સ્થિર થયું. એટલે એને સખત પીવાની ટેવ પડી ગઈ. યશને સહેજ પણ રમાડતો નહીં. તદ્દન લાગણીશૂન્ય થઈ ગયો હતો. 'મારો દીકરો...' એવી પણ લાગણી એના મનમાં નહીં હોય ? એનામાં સંવેદનાનો છાંટો પણ નહોતો. એણે મને લઈને ભાગી જવાનો નિર્ણય કઈ નબળી ક્ષણમાં કર્યો હશે ? મને ખરેખર એ પ્રેમ કરતો હતો ? હું ઘણીવાર વિચારતી એના મનમાં કોઈપણ ભાવ ક્ષણ માટે સ્થિર થઈને ઊડી જતો હશે. હું કાયમ વિચારતી, એને નહોતી કોઈને માટે ફરિયાદ કે નહોતો કોઈના માટે પ્રેમ, સ્વકેન્દ્રી અને પલાયનવાદી માણસ હતો. પેઢીનું કામ એની નૈતિક જવાબદારી હતી. એ પતાવીને નશામાં ડૂબી જતો. દુનિયા ભૂલી જતો. જવાબદારી સ્વીકારવાની તૈયારી એનામાં નહોતી. આમ ને આમ યશ બે વર્ષનો થયો. મમ્મી લાંબી માંદગી ભોગવીને અનંતની સફરે ચાલી નીકળી. સાસુ પણ માંદા રહેતા પણ નણંદ પરણી નહોતી એટલે વાંધો આવતો નહીં.

"એક દિવસ એ રસોડામાં કામ કરી રહી હતી અને યશ રડવા ચઢેલો હતો. રવિવારનો દિવસ હતો. ગૌરાંગ સોફા પર બેસીને છાપું જ વાંચી રહ્યો હતો. મેં રસોડામાંથી બૂમ મારી ગૌરાંગનો પિત્તો આસમાને જતો

રહ્યો. એણે બે વર્ષના બાળકના ગાલ પર તમાચો ઝીંકી દીધો અને મને ગાલ દઈને રાડ પાડી, રસોઈ પછી કરજે. આ મારું કામ નથી. હું હેબતાઈ ગઈ. સાસુ અને નણંદ પણ દોડી આવ્યા. યશનો કોમળ ગાલ લાલ ચટક થઈ ગયો અને એવો હીબકે ચઢ્યો કે શ્વાસના લઈ શકે. એ ક્ષણે મેં નિર્ણય કરી લીધો. સાસુ અને નણંદની માફી માંગીને યશને લઈને પોતાનો સામાન લઈ લીધો અને ઘર છોડ્યું. બે વર્ષના બાળકને લઈને જાય ક્યાં ? મમ્મી તો હતી નહીં પણ હિંમત કરીને પહેલા તો ભાઈ-ભાભી પાસે જ ગઈ. ભાઈ-ભાભીએ વાત સાંભળી. ભાઈએ કહ્યું કે એ કાયમની જવાબદારી લેવા માંગતો નથી, એકાદ મહિનો વધારેમાં વધારે રહીને પોતાની સગવડ કરી લે. જો કે ભાઈની વાતથી મને ખરાબ ના લાગ્યું. આખરે પોતાની જિંદગી તો પોતે જ જીવવી પડે છે. યશના જન્મ સમયે મમ્મીએ મને આપેલા પૈસા અને દાગીનામાંથી એક મધ્યમ વર્ગીય સોસાયટીમાં બે રૂમનો ફ્લેટ ભાડે લીધો. નોકરી તો કરવી જ પડે. બધું યોગ્ય રીતે, કેવી રીતે ગોઠવવું એ વિચાર કરતી હતી. મારું ડ્રોઈંગ બહુ જ સારુ હતું અને ડ્રોઈંગની પરીક્ષાઓના સર્ટીફીકેટ પણ હતા. પહેલા તો એક શાળામાં ચિત્રકામના શિક્ષક તરીકે પાર્ટ-ટાઈમ નોકરી લીધી. મારા જ ફ્લેટમાં એક બહેન ચાઈલ્ડ કેર સેન્ટર ચલાવતા હતા પણ ટૂંકા પગારમાં બે છેડા ભેગા કઈ રીતે કરવા ? સેન્ટરવાળા બેનને પેટછૂટી વાત કરી. એ ભલા બેને સગવડ થાય ત્યારે પૈસા આપજો કહીને મારા પર ઘણો ઉપકાર કર્યો. મારા યશને ત્રણ કલાક માટે ત્યાં મૂક્યો. એકવાર ડ્રોઈંગ ટીચર તરીકે ઓળખ પ્રાપ્ત કરું પછી તો ઘરે પણ ક્લાસ ચલાવી શકાય. ઘણી બધી ચિંતાઓના ભાર સાથે મેં નવેસરથી જીવન શરુ કર્યું. યશને બીજાને સોંપતા જીવ ચાલતો નહોતો. પણ હૈયા પર પથ્થર મૂકી દીધો. શાળામાં શિક્ષક તરીકે થોડા મહિના પસાર થયા અને ફ્લેટની બહાર એક ડ્રોઈંગ ક્લાસનું સુંદર સ્ટીકર બનાવીને ચોંટાડી દીધું. કરકસર તો ઘણી કરવી પડતી, ધીમે ધીમે બાળકો ઘરે પણ શીખવા આવવા માંડ્યા. યશ પણ ત્રણ વર્ષનો થયો એટલે નર્સરીમાં મૂક્યો અને થોડા થોડા પૈસા ભેગા કરીને કમ્પ્યુટર ડીઝાઈનીંગના કોર્સમાં પૈસા ભર્યા. હતી તો કળાકાર જીવ અને હોંશિયાર પણ ખરી. જો કે મહેનત, ખંત અને રાતના ઉજાગરા વેઠીને કમ્પ્યુટર ડિઝાઈનનો કોર્સ પૂર્ણ કર્યો અને

એક નાની જાહેરખબરની કંપનીમાં આસીસ્ટન્ટ તરીકે જોડાઈ. પછી તો મારી અને યશની બઢતી થતી ગઈ. યશ પણ મોટો થતો ગયો. પાડોશી બહેન સાથેના સંબંધના લીધે જીવનની ગાડી સડસડાટ ચાલી, ચાઈલ્ડ કેરની ફીનું દેવું પણ ચૂકવાઈ ગયું. છેલ્લે ડીપાર્ટમેન્ટની હેડ બન્યા પછી લોન માટે એપ્લીકેશન કરી અને અત્યારે જ્યાં રહે છે તે બંગલો લીધો. સુનિતાબેન સાથે કમાટીબાગમાં આવતા જતા પરિચય થયો અને અહીં માર્ગદર્શક તરીકે સેવા આપવા માંડી. અહીં મને ખૂબ ગમતું હતું." એણે વાત પૂરી કરી ત્યારે ત્રણે જણની આંખમાં આંસુ હતા. યશ આવી ગયો હતો, બધા છૂટા પડ્યા.

8

પ્રકરણ

આજે સુજાતાબેનનો મેઘા પર ફોન આવેલો. એ કોઈ કામ અંગે બહાર જવાના હતા એટલે આજે નહીં મળી શકાય એમ કહ્યું હતું. સુજાતાબેનને શું કામ પડી શકે ? મેઘા વિચારતી હતી. આટલા વર્ષોથી અહીંયાં રહે છે તો ગમે તે કામ હોઈ શેક, મેઘાએ મન મનાવ્યું. આજે ઘણા દિવસો પછી એ આઈપેડ ખોલીને બેઠી. એકાદ મુવી જોવાનો વિચાર કર્યો, નિખિલ કહેતો હતો વેબ સિરિજ અત્યારે એમેઝોન અને નેટફ્લીક્સ પર ઘણી આવી છે, જોવાની મજા આવે છે. સમય પસાર થઈ જાય છે. એણે જોવા માટે એકાદ જોવાની ટ્રાય કરી પણ ખાસ મજા ના આવી. નાનીએ મુકાવેલા પુસ્તકો ઉપર એની નજર પડી. એને થયું એ બહુ વાંચતી નથી. હમણાં જ સુજાતાબેનને ત્યાં આનંદ હતો ત્યારે વાત થઈ હતી. એ લોકો ઘણું વાંચતા હતા. એણે પુસ્તકો પર નજર ફેરવી એનું ધ્યાન વીનેશ અંતાણીની પ્રિયજન નવલકથા પર ગયું. પ્રિયજન વિશે એણે ઘણું સાંભળ્યું હતું, એણે પુસ્તક હાથમાં લીધું અને સોફા પર બેસી, ટિપોઈ ખેંચી પગ લાંબા કર્યા અને પુસ્તક વાંચવા માંડ્યું.

એ જેમ જેમ વાંચતી ગઈ તેમ તેમ તેમ એને રસ પડતો ગયો. વાત તો જોકે એમાં બે વાર્ધક્ય તરફ ગતિ કરતા પ્રિયજનેની છે. જેમાં યુવાવસ્થામાં એકબીજાને અત્યંત પ્રેમ કરતા હોવા છતાં છૂટા પડી

ગયા છે અને બંને જણને સાંસારિક સુખ-સમૃદ્ધિ પ્રાપ્ત થયેલા છે. જીવનને ભરપૂર માણ્યું છે. સંતાનો પણ પોતાની જિંદગીમાં ગોઠવાઈ ગયા છે ત્યારે બે જણ મળે છે. અત્યંત ઊંચી કક્ષાના આધ્યાત્મિક પ્રેમમાં પ્રશ્ન છે કે શેનું મહત્ત્વ વધારે છે ? અસ્તીત્વનું કે મનના ભાવોનું ? મનના ભાવો જીતી ગયા છે. વચ્ચે જીવાઈ ગયેલા ત્રીસ વર્ષની સભર જિંદગીમાં અંદર ખાને ઝરતી ઝૂરાપાની એક પાતળી સેર બે આત્માને ફરી એકવાર મળવાની તક આપે છે અને રચાય છે આત્માનું અનુસંધાન.

મેઘા વાંચવામાં એવી તો તલ્લીન થઈ ગઈ હતી કે જમવા જ ઊઠી અને મોડી રાત સુધીમાં એણે આખી નવલકથા વાંચી નાખી. એનું મન લાગણીઓથી ભરાઈ ગયું. એનું જીવન પણ ઝૂરાપામાં જ જશે ? એને કોઈ દિવસ નિખિલ મળશે ખરો ? શું પોતે ભૂલી શકશે ? પુસ્તક એના મન પર સવાર થઈ ગયું હતું. એને રિયા સાથે વાત કરવાનું મન થઈ ગયું. એણે ઘડિયાળ જોઈ, રાતના અગિયાર વાગવા આવ્યા હતા. એણે કંઈ પણ વિચાર વગર રિયાને ફોન જોડ્યો. જો કે રિયા જાગતી જ હતી. એણે તરત ઉપાડ્યો.

"કેમ આટલા મોડા ફોન કર્યો મેઘા ? મજામાં છું ને?"

"મજામાં છું, હમણાં જ પ્રિયજન નવલકથા પૂરી કરી. મારા બે પ્રિયજનો યાદ આવી ગયા. મને રિયા તું અને નિખિલ બહુ યાદ આવો છો. નિખિલનો ફરીથી ફોન આવેલો ? એ મજામાં છે ?"

"મને પણ તારા વગર ગમતું નથી, ફોન કરીને શું વાત કરું ? એટલે કરતી નથી. નિખિલનો ફોન આવ્યો નથી. પણ ડૉ. અમીષે મારી પાસે તારા ઘેર ફોન કરાવેલો. હું કંઈ જાણતી નથી એમ મોઢું રાખીને ફોન કરીને એમને કહી દીધું હતું કે તું વડોદરા છું પણ તું ક્યાં સુધી ત્યાં બેસી રહીશ ? નાનાને સારું હોય તો અહીં આવીજા. આપણે બે સાથે વિચારીશું, હોસ્પિટલમાં કેટલું બધું કામ છે. બધા તને યાદ કરે છે."

રિયાએ કહ્યું એટલે મેધા થોડી ઢીલી પડી, "નાનાનો ક્વોરેન્ટાઈન પીરિયડ પતી ગયો છે, એમને થોડું કામ છે. પછી બે-ચાર દિવસમાં આવી જઈશ." બંને સખીઓએ લાંબી વાત કરીને ફોન મૂક્યો.

નિખિલને ઘણું મન થતું રિયાને ફોન કરીને પૂછવાનું કે "મેધા કેમ છે ?" એને અંદર અંદર તો એક વિચાર કોરી ખાતો કે "એવું શું થયું હશે ? કંઈક તો કારણ હોવું જોઈએ નહીંતર મેધા વડોદરા ના ચાલી જાય અને તે પણ આટલાં બધાં દિવસ માટે." રિયાને ફોન કરવાનો વિચાર કરતો પણ પાછો અહમ આડે આવી જતો. ઓફિસમાં પ્રિયંકા સાથે મૈત્રી પાંગરતી જતી હતી. મીતના પપ્પાને કોરોના થયો હોવાથી એ રજા પર હતો. રિસેસમાં એ કોફી પીતો હોય ત્યારે પ્રિયંકા પણ એની કોફીનો મગ લઈને આવી જતી, એ વાતો સરસ કરતી. એની પાસે વિવિધ વિષયની વાતોનો ખજાનો હતો અને એ પણ પાછો રસ પડે એવો. એની સાથે વાતો કરવી એને ગમતી પણ એક સારી વાત એ થતી કે રિસેસ પછી એ નીકળી જતો. એમની એન.જી.ઓ. તરફથી વહેંચાતા કીટ્સ (જીવન જરૂરિયાતની વસ્તુઓ જેવા કે દાળ, ચોખા, લોટ, ખાંડ, મસાલા, તેલ, સાબુ વગેરે) હિંદ પ્રોવિઝન સ્ટોરમાં તૈયાર થતા એનું સુપરવિઝન, ગણતરી અને કયાં એરિયામાં ગયા એની નોંધણી એણે કરવાની હતી. એની સાથે બીજા બે જણ મદદનીશ તરીકે રહેતા. ઘેર પહોંચવામાં પણ મોડું થતું. ભાઈ તો બીજે દિવસે વહેલું ઉઠવાનું હોઈ સમયસર રૂમમાં જતા રહેતા. પપ્પા ટી.વી. જોતા હોય તો બહાર આવતા. ફક્ત મમ્મી રાહ જોતી હોય. એ મમ્મીને ઘણીવાર કહેતો, "નાહકની બેસી રહે છે, ટેબલ પર ઢાંકી દેવું હું આવીને જમી લઈશ." પણ મમ્મી માનતી નહીં.

બીજા દિવસે સવારે વહેલું જવાનું હતું એટલે વહેલો તૈયાર થઈને બહાર આવ્યો. ભાઈ ટેબલ પર મળી ગયા. "કેમ છે નિખિલ ? આજકાલ બહુ કામ કરવા માંડ્યો છે ? ટેબલ પર દેખાતો નથી."

"શું કરું ? પેનડેમિકનો સમય ચાલે છે તો સમાજ સેવા તો કરવી જ

પડેને ?"

"તારી મિત્રને સમજાવને, મેઘાને ! મેઘા તો હજી ફરજ પર આવી જ નથી. કેટલું કામ હોય છે હોસ્પિટલમાં ! વડોદરા જઈને બેસી ગઈ છે."

નિખિલના મનમાં ઝબકારો થયો. પણ એણે વર્તાવા ના દીધું કે 'એની સાથે વાત થતી નથી.' એણે કહ્યું, "એને બહુ વીકનેસ આવી ગઈ છે, એને આરામની જરૂર છે."

"વડોદરામાં ?"

નિખિલ જવાબ આપ્યા વગર ઊઠી ગયો. અને "બાય" મમ્મી કહીને નીચે ઉતરી ગયો. એનું મન પાછું વિચારોના ચગડોળે ચઢી ગયું. એણે ઓફિસ પહોંચીને રિયાને ફોન કર્યો. નિખિલનું નામ વાંચીને રિયા મલકી ગઈ. ગઈકાલે જ મેઘા યાદ કરતી હતી એણે ફોન ઉપાડ્યો,

"બોલ નિખિલ."

"રિયા મને સાચું કહે કે મેઘાને શું થયું છે, તને તો ખબર જ હશે. હું ઘણું મન મનાવું છું કે એને યાદ નહીં કરું પણ મન માનતું નથી. થાય છે કે ચોક્કસ કોઈ વાત છે."

રિયાને નિખિલની દયા આવી ગઈ. ક્ષણ માટે તો એને થયું કે એ નિખિલને બધુ કહી દે, પણ એણે જવાબ આપ્યો, "મેઘા ચાર-પાંચ દિવસમાં આવી જ જવાની છે, તું એને પૂછી લેજે."

"એ તો મને ફોન કરશે નહીં, એ આવે એટલે તું મને જરૂર જણાવજે."

"ઓ.કે.”

9

પ્રકરણ

નાનાનો ક્વૉરેન્ટાઈન પીરિયડ તો પૂરો થઈ ગયો હતો પણ ગઈકાલે બધાં ટેસ્ટ ફરીથી કરાવ્યા હતા અને નોર્મલ હતા. હવે નીચે આવવામાં કોઈ વાંધો નહોતો. આજે કેટલા બધાં દિવસે બધાએ સાથે બેસીને ચા પીધી હતી. નાની ખુશ હતા. મેઘાએ નાનીને કહ્યું હતું "આજે નાના માટે ભજિયા બનાવવા. બપોરના ભોજનમાં ખાય એટલે આખા દિવસમાં પચી જાય અને એસીડિટી થાય નહીં."

નાના ખુશ થઈ ગયા હતા. "વાહ રે મારી દીકરી, મેં તો ચાર-પાંચ દિવસ પહેલાં કીધું હતું એણે બરાબર યાદ રાખ્યું છે." નાસ્તો કરીને ડ્રોઈંગરૂમમાં બેઠા અને નાનાએ ડ્રાયવરને ફોન કર્યો. પહેલાં ઘેર આવવાનું કહ્યું.

મેઘાએ નાનાને પૂછ્યું : "કોની કોની વાત કરતા હતા તમે ?"

"હા બેટા, આપણી આસપાસ રહેતા કેટલાય નાના માણસો છે જે પ્રમાણિક હોવા છતાં બીજા પાસે હાથ લંબાવવના મજબૂર બન્યા છે. દર અઠવાડિયે મારા બુટને પોલિસ કરવા આવતો રામુ એટલો તો સ્વમાની છે કે કોઈ દિવસ કોઈની પાસે હાથ લાંબો કર્યો નથી. સવારે બુટ પોલિશ કરવા જાય અને બપોરે એક ઓફિસમાં કારકૂન છે. એની

બૈરી આજુબાજુની સોસાયટીમાં કામ કરે. સરસ સીધું ગાડું ચાલતું હતું. થોડી બચત પણ કરી હતી. અત્યારે કોઈને બહાર જવાનું નહીં તો બુટ પોલિશ કોણ કરાવે ? બધી જ ઓફિસો ધમધોકાર તો ચાલતી ના હોય અને વળી એમના પણ કામો તો અટકી જ ગયા હોય તે એટલે પગાર કોણ આપે ? અને પેલી બિચારી બાઈને તો સોસાયટીમાં પ્રવેશ જ નથી. તો શું કરે ? શું ખાય ? એનો ફોન આવ્યો હતો બચત પણ વપરાઈ ગઈ છે. સમાજ સેવકો, સરકારી મદદ એ જે વિસ્તારમાં રહે છે ત્યાં પહોંચતી નથી. જો કે મેં તરત આપણા વિસ્તારના કોપોરેટને ફોન કરીને એવા વિસ્તારનું નામ બતાવી દીધું એટલે માણસો પહોંચ્યા છે એમ કહેતો હતો છતાંય મેં કહ્યું હતું અહીં આવીને થોડા પૈસા અને કીટ લઈ જજે. એવું જ હજામનું થયું છે. નાના નાના હજામોને તો મદદ મળી રહે છે પણ પાર્લરો ચલાવતા પુરુષના અને સ્ત્રીના બંને વિભાગના સંચાલકો નવરા પડી ગયા છે. એ લોકો તો વળી કોઈની પાસે હાથ પણ લાંબો ના કરી શકે. એવી જ રીતે ધોબી જેવા નાના માણસોનો ધંધો પણ ઠપ્પ છે. લોકોએ કપડા જ ઈસ્ત્રી કરાવવાના બંધ કરી દીધા છે. બહાર તો જવાનું હોય નહીં. મને એવા થોડાઘણાં ઓળખે છે જે બીજા પાસે માંગી ના શકે. સંસ્થાઓમાં તો મેં પૂરતા પૈસા નોંધાવી દીધાં છે પણ મારે થોડી અંગત મદદ પણ કરવી છે."

મેઘાનું મન વલોવાઈ ગયું. એને વિચાર આવ્યો નાના ઘરમાં બેસીને પણ બીજાનો કેટલો વિચાર કરે છે અને હું જ એક એવી છું કે અત્યારે હોસ્પિટલમાં મારી વધારે જરૂર છે ત્યારે અહીં આવીને બેસી ગઈ છું, એનું મન એકદમ હોસ્પિટલમાં પહોંચી ગયું. એણે નાના-નાનીને કહ્યું,

"મારે અમદાવાદ જવું છે, બિચારા કેટલા પેશન્ટ હશે જેમને મારી જરૂર હશે."

"હા બેટા ! દેવભાઈ આવશે ત્યારે ને ? મમ્મીને આજે ફોન કરીશ."

નાનાનાં ડ્રાયવર આવી ગયા હતા. એમણે ઇચ્છેલા બધા કામ પતી ગયેલા. એ લોકો જમીને ઊઠ્યાને સુજાતાબેનનો ફોન આવ્યો. "કેમ

આજે દેખાઈ નહીં? આજે કંઈ હું બહાર નહોતી જવાની."

"આજે નાનાનો ક્વોરેન્ટાઈન પૂરો થયો એટલે એમની સાથે બેઠેલી. બપોર પછી આવીશ."

નાનીએ કહ્યું "એમને કહે આજે અહીં આવે, અમે પણ મળીએ. હવે વાંધો નથી."

સુજાતાબેને સાંભળી લીધું અને કહ્યું, "ભલે હું આવીશ"

મેઘાએ મમ્મીને ફોન કર્યો, મમ્મીએ કહ્યું "સાંજે દેવભાઈ સાથે નક્કી કરીને એ લોકો લેવા આવશે." મેઘા રૂમમાં ગઈ અને આનંદનો ફોન આવ્યો, "કેમ છે આનંદ ? આ સમયે ક્યાંથી ?"

"આજે લીવ પર છું અને તને યાદ કરતો હતો, તું કેમ છે ? અમદાવાદ છું કે વડોદરા ?"

"હજી તો અહીં જ છું વડોદરામાં, પણ હવે અમદાવાદ જઈશ. કામ યાદ આવી ગયું છે."

"મેઘા, મેં એક અગત્યની વાત કરવા બહુ વિચારીને ફોન કર્યો છે."

"શું હતુ આનંદ ?"

"હું ઓચિંતો જ વડોદરા આવ્યો અને અણધારી તું મળી ગઈ. તારી સાથે ગાળેલા બે દિવસ મારા મનમાંથી ખસતા નથી."

"આપણે બહુ વખતે મળ્યાને એટલે આનંદ."

"હા, કેટલા વરસો પછી મળ્યા અને મને આપણું બાળપણ યાદ આવી ગયું. આપણે નાનપણના દોસ્ત છીએ, એકબીજાને સારી રીતે

ઓળખીએ છીએ, હું તને પ્રપોઝ કરી શકું ? હું તારા પ્રેમમાં પડી ગયો છું. તને ફૂલની જેમ રાખીશ. આપણે સારામાં સારી રીતે જીવી શકીએ એટલું ભગવાને મને આપ્યું છે. તારે જે કરવું હોય તે કરવાની તને છૂટ છે. બોલ મેઘા મારી સાથે જોડાવાનું પસંદ કરીશ ?"

મેઘા શાંત થઈ ગઈ. આનંદને કેવી રીતે જવાબ આપવો તે વિચારી રહી. થોડી ક્ષણો પછી એણે જવાબ આપ્યો, "આનંદ, આપણે બાળપણના મિત્રો છીએ, તું મને મળ્યો એ મને પણ ખૂબ ગમ્યું પણ આનંદ હું તારા પ્રેમનો એકરાર સ્વીકારી નથી શકતી એ બદલ તારી માફી માગું છું."

"તારી ના કહેવાનું કારણ હું જાણી શકુ ?"

"જરૂર, આનંદ મેં કોઈને પ્રેમ કરેલો છે. અત્યારે હું એની સાથે નથી, પણ હું લગ્ન કરીશ તો એની સાથે જ કરીશ. તું ખૂબ સારો માણસ છે. તને મારા કરતા પણ સારું પાત્ર મળશે. આપણે બે હંમેશાં સારા મિત્રો રહીશું પણ પ્લીઝ મને માફ કરજે, હું તારી સાથે લગ્ન નહીં કરી શકું."

"ઓહ ! મેઘા, તારી સરળતાએ મને તારા તરફ વધારે ખેંચી લીધો, નચિંત રહેજે આ વાત આપણા બે વચ્ચે જ રહેશે. તું હંમેશાં ખુશ રહે અને તારું છૂટું પડી ગયેલું પ્રિયજન તને મળી જાય એવી શુભેચ્છાઓ પાઠવું છું. એમ આપણે બંને હંમેશાં મિત્રો જ રહીશું. તારે કંઈપણ કામ હોય તો મને સંકોચ રાખ્યા વગર કહેજે. મને ફોન તો કરીશ ને?"

"હા જરૂર." મેઘાને પણ આનંદનો પ્રતિભાવ સ્પર્શી ગયો, બંને જણે થોડી વાતો કરી અને ફોન મૂકી દીધો.

મેઘાની આંખોમાંથી આંસુના ટીપા ટપકી પડ્યા. એ તરત જ સ્વસ્થ થઈ ગઈ અને પલંગ પર આડી પડી. સાંજે સુજાતાબહેન આવ્યા, નાના આજે સ્વસ્થ હતા, ખુશ પણ હતા. એમણે વિચારેલા કામ પતી ગયા હતા. નાનીએ જીવીને ચા મુકવાનું કહ્યું. ચા પીતાં પીતાં ઘણી વાતો

થઈ. સુજાતાબેને નાનાને પૂછ્યું,

"ક્વોરેન્ટાઈનનો અનુભવ કેવો રહ્યો ?"

"આમ તો હું ખાસ બહાર જતો નથી એટલે વાંધો ના આવ્યો પણ એકલા એકલા વિચારો બહુ આવતા હતાં. કોઈક વાર ડરી પણ જવાય. મને મરવાની બીક નથી પણ હેરાન થવાની અને બીજાને હેરાન કરવાની પરિસ્થિતિના વિચારમાં બીક લાગી જાય છે. કંઈ વધારે તો નહીં થાય ને ? પણ ચારેક દિવસ જતા રહ્યા પછી તો હિંમત આવી ગઈ કે જે ભય આ રોગનો બતાવવામાં આવે છે અને બિચારા કેટલાય ગુજરી પણ ગયા એવું કશું મને થવાનું નથી. પછી તો મેઘા એકવાર મળે, બે-ત્રણ જણ જોડે વાત કરું, વાંચન કરું અને આરામ કરું. દિવસો પસાર થઈ ગયા."

"મને પણ શરૂઆતમાં જ થઈ ગયો હતો, એકલા રહેતા હોઈએ એટલે એકલું તો ના લાગે પણ મનમાં અદ્રશ્ય ભાવ જગતથી છૂટા પડી ગયા હોવાનો રહ્યા કરે, હું તો લેપટોપ અને આઈપેડ મારી સાથે જ રાખતી. યુટ્યુબ ખોલો એટલે જાણે ખજાનો ખુલી જાય, વ્યાખ્યાનો, મુવીઝ, સિરિયલો, સંગીતના પ્રોગ્રામ્સ અને ગુજરાતી સાહિત્યના પણ અનેક વિષયોના વક્તવ્યો તમને પ્રાપ્ત થાય. આમ તો મને કોઈના લેક્ચરો સાંભળવા જવાનો સમય મળતો નથી. એટલે મનભરીને મોરારીબાપુ, અનુભવાનંદસ્વામી, જય વસાવડા અને કાજલ ઓઝા વૈદ્યને સાંભળ્યા, વાંચ્યું પણ ખરું. ચૌદ દિવસ શાંતિથી પતી ગયા, મેઘાને પણ અનુભવ છે. મેઘા તે શું કર્યું ?"

મેઘા ક્વોરેન્ટાઈન પીરિયડ યાદ આવતા મનમાં શરમાઈ ગઈ. કેટલો સુખદ્ સમય હતો, દુનિયાને ભૂલી ગઈ હતી. બસ, હૈયે એક જ નામ અને એને જ સંગાથ ! જાણે સ્વર્ગની સફર કરી આવી હોય કે જેમાં તમામ મનોરંજનો માણી લીધાનો અલૌકિક આનંદ ઉભરાતો હતો, એવી ક્યારેય વિસ્મૃતના થાય એવી સ્મૃતિ હતી. પણ સમય અંતે તો જાણે ટૂંકો પડ્યો હતો. બહુ જલદી એ વાસ્તવિક દુનિયામાં પછડાઈ

ગઈ હતી. એણે જવાબ ના આપ્યો એટલે નાનાએ જ આપી દીધો,

"એ તો બિચારી હોસ્પિટલમાં હતી, આપણી જેમ ઘરમાં તો હતી નહીં, એટલે શું કહે ? હવે તમે વાતો કરો અમે રૂમમાં જઈએ."

સુજાતાબેન અને મેધા એકલા પડ્યા, મેધાએ પૂછ્યું, "ગઈકાલે ક્યાં ગયા હતા ?"

"મારે ત્યાં કમ્પ્યુટરનું માર્ગદર્શન આપવા સંદિપ આવે છે, એની ગઈકાલે વર્ષગાઠ હતી. એનો ગઈકાલે સવારે ફોન આવ્યો અને ખૂબ આગ્રહ કર્યો. મેં એને બહુ ના પાડી કે આવા સમયમાં બધું રહેવા દે, ખાસ કારણ વગર ભેગા થવાની શી જરૂર છે ? એકાદ વર્ષ આપણે વર્ષગાઠ ના ઉજવીએ તો સારું જ છે ને, તો મને કહે "મારે એક સરપ્રાઈઝ આપવાની છે હું અને મારા મમ્મી-પપ્પા ગણીને આઠ જણ જ છીએ. મારું ગાર્ડન મોટું છે આપણે બધા નિયમોનુ પાલન કરીશું. કારણ વગર આવો જ આવો કરે એવો નથી. ઘણો ઠરેલ છે. એટલે હું ગઈ હતી. પણ મને કલ્પના પણ નહોતી એટલી સુંદર સરપ્રાઈઝ એણે મને આપી. હું તો ખુશ થઈ ગઈ."

"શું સરપ્રાઈઝ હતી ?" મેધાએ પૂછ્યું.

"મારે ત્યાં સંદિપ કમ્પ્યુટર વિભાગમાં સાંજે કમ્પ્યુટર શીખવાડવા આવે છે. એ વિભાગમાં પાંચ બહેનો જે ગ્રેજ્યુએટ થઈ ગઈ હોય અને માસ્ટર્સ કરી શકે એમ ના હોય એવી બહેનોએ પાર્ટ ટાઈમ જોબ, સવારની પ્રાથમિક શાળામાં ભણાવવા માટે જોડાઈ ગઈ અને સાંજે કમ્પ્યુટર શીખે તો વધારાનું કામ કરી શકે એવા આશયથી આવે છે. એમાં એક ખુશી આવે છે, ત્રેવીસ વર્ષની છે એટલી તો સુંદર છે, બી.એ. થયેલી છે. પણ બાળપણમાં કમનસીબે અકસ્માતમાં અધી પગ ગુમાવી બેઠી છે. મા-બાપ સાધારણ છે, એના અકસ્માતના લીધે થયેલા ઓપરેશનનો ખર્ચ ફીઝીયો થેરાપી અને પછી કૃત્રીમ પગ ! એટલો બધો ખર્ચો થઈ ગયેલો કે દેવું થઈ ગયું છે. છતાં પણ છોકરીને બી.એ. કરાવી. પણ

લગ્નની ચિંતા બહુ કર્યા કરે, મને પૂછ્યા કરે 'બહેન ખુશીના લાયક એના જેવો છોકરો હોય તો કહેજો.' ખુશી તો કહે છે 'મારે પરણવું જ નથી.' સવારની શાળામાં ગણિત ભણાવવા જાય છે. એનું મનોબળ એટલું મજબૂત છે કે આપણને એના પ્રત્યે માન થઈ જાય. કમ્પ્યુટર પણ એટલે જ શીખે છે કે ઘેર બેઠા કંઈ કરી શકે. એની સાથ વાત કરવી અમારે ત્યાં આવનાર બધાને જ બહુ ગમે છે. એણે એક હાથે સ્ટીક (લાકડી) લેવી પડે છે (હાથથી જમીનના માપની વોકીંગસ્ટીક) પણ ટટ્ટાર ચાલે છે, એટલી સુઘડ રહે છે કે કોઈને પણ ગમી જાય.

સંદિપ નાનો હતો ત્યારે ખૂબ જ શરમાળ પ્રકૃતિનો હતો. ભણવામાં પણ સાધારણ એટલે ક્લાસના છોકરાઓ ખૂબ ચીઢવતા. એને હેરાન હેરાન કરી મુકતા. એના પગલે મા-બાપ પણ ખૂબ ચિંતા કરતા શું થશે આ છોકરાનું ? પૈસાની જરાય ચિંતા હતી નહીં, ઘેર પણ ભણાવવા માટે સ્કુલના જ સાહેબ રાખેલા. માતા-પિતા એમની આગળ બળાપો કાઢતા.

"આ છોકરો આવો નમાલો કેમ છે ? એને શેની બીક છે ? પાછો ભણવામાં ય કાચો છે. સાહેબ અમારા પર મહેરબાની કરો, અમે નહીં હોઈએ ત્યારે આ છોકરાનું ભવિષ્ય શું ?"

"સાહેબ કહેતા આટલી બધી ચિંતા ના કરો હું બનતો પ્રયત્ન કરીશ." સાહેબ ગુણી હતા, એમની અનુભવી આંખોએ પારખી લીધું કે કમ્પ્યુટરમાં તેની સમજ બીજા વિષયો કરતા વધારે છે. તેમણે સંદિપને પ્રોત્સાહિત કરવા માંડ્યો. એક વિષયમાં સારા માર્ક્સ મળવા માંડ્યા એટલે સંદિપનો આત્મવિશ્વાસ વધ્યો, બીજા વિષયો પણ સુધર્યા. છોકરાઓએ પણ હેરાન કરવાનું બંધ કર્યું. એક-બે મિત્ર પણ થયા. સ્કુલમાં બારમું પાસ કરી એણે બી.સી.એ. કોલેજમાં એડમીશન લીધું. પણ સારા ગુણથી ગ્રેજ્યુએટ થયો. સાહેબને પોતાના ગુરુ ગણતો. સાહેબે કહ્યું 'જેવી રીતે મેં તને પારખ્યો અને તારુ જીવન મારા માર્ગદર્શન અને તારી મહેનતથી આત્મવિશ્વાસથી ભર્યું ભર્યું બન્યું તેમ તું પણ કોઈનું જીવન ઉજાળી શકે એવી ભાવનાથી શિક્ષક બનજે.'

તે કમ્પ્યુટર ક્લાસમાં ભણાવવા જવા માંડ્યો. પોતે ક્લાસ ખોલી શકે તેટલો સક્ષમ હોવા છતાં તેણે ભણાવવા જવા માંડ્યું. વિદ્યાર્થીઓમાં પ્રિય થઈ પડ્યો. બધાં એને માન આપતા. એકવાર હું એના જ ક્લાસમાં કોઈ મારે ત્યાં, માર્ગદર્શક તરીકે આવી શકે એવા શિક્ષક માટે પૂછવા ગઈ હતી. સંદિપે તક ઝડપી લીધી અને મારે ત્યાં નિયમિત ક્લાસ લેવા આવવા માંડ્યો. ત્યાં જ ખુશી આવતી હતી. ખુશીની સુંદરતા અને સાલસ સ્વભાવ સંદિપને સ્પર્શી ગયા. સંદિપનું ભોળપણ ખુશીને સ્પર્શી ગયું અને એવું પાત્ર જોઈતું હતું જે પોતાનું સ્વમાન સાચવે. એને એ ગુણ સંદિપમાં દેખાયો. બંને વચ્ચે પ્રેમ થયો. બંને જણે એમના માતા-પિતાને વાત કરી. બંને પક્ષે ખુશી પ્રસરી ગઈ અને ગઈકાલે એની વર્ષગાંઠ હતી એટલે બંને જણે સગાઈ કરી નાખી. એ લોકો છ જણ, સંદિપના બે મિત્રો અને મને આગ્રહ કરીને બોલાવેલી. બંને કુટુંબોની પ્રસન્નતા જોઈને મન ખુશ થઈ ગયું. ભગવાન પણ એક કસર રાખે છે, પણ જોડી પણ બનાવી આપે છે. કાલે મળીએ....." કહીને સુજાતાબેન ઉઠ્યા.

10
પ્રકરણ

કેટલું વ્યસ્ત જીવન પસાર કરી રહ્યા હતા સુજાતાબેન. વળી, પાછું આપણું જ કોઈ એના આનંદના પ્રસંગમાં આપણી હાજરીનું મહત્ત્વ ગણે તો એના જેવો આનંદ બીજો ક્યો ગણી શકાય? જાણે જીવનમાંથી જડી ગયેલી વાર્તા ! અને કેટલો સંતોષ આપે આ વાત ! સંદીપ અને ખૂશીના નિર્ણય પર કેટલા ખુશ હતા ! મેઘા રાત્રે પલંગ પર સુતા સુતા વિચારી રહી હતી. પોતાને આવી તક મળશે? નિખિલ તો અત્યારથી જ સમાજસેવાના કામમાં જોડાયેલો હતો, એને પણ કેટલા બધાના આશીર્વાદ મળતા હશે, એ પણ જાણે જ જતો હતો ને? ભલે સાથે મદદનીશ હોય, પણ સામેની વ્યક્તિના ચહેરા પર પોતાના એક નાનકડાં કામથી છવાઈ જતું સ્મિત કેટલી સ્વર્ગીય અનુભૂતિ કરાવતી હશે, શું કરતો હશે નિખિલ? પોતાને યાદ કરતો હશે?

આ બાજુ નિખિલ અમદાવાદમાં મેઘાને ભૂલવાનો પ્રયત્ન કરતો રહેતો. આજકાલ કેન્ટીનનો સમય પ્રિયંકા સાથે જતો. પ્રિયંકા પણ એકલી હતી, કારણ કે મીત પણ આવતો નહોતો. આજે પ્રિયંકાએ પૂછ્યું, "મારે અમદાવાદ મોલમાં નવો મોબાઈલ લેવા જવું છે, મારી સાથે આવીશ !"

"આજે મેં હાફ લીવ લીધી છે, પણ મારે તો સવીસ આપવા વેજલપુર

જવાનું છે."

"થોડો મોડો જજે, પ્લીઝ." નિખિલ ના ન પાડી શક્યો.

"સારું મારો ટાઈમ ના બગાડતી."

ચાર વાગ્યા પછી નિખિલ અને પ્રિયંકા નીકળી ગયા. એ બંને જણ મોલમાં જેવા પ્રવેશ્યા એવા જ સામે રિયા અને સાહિલ મળી ગયા. રિયા નિખિલને જોઈને ચમકી ગઈ. બાજુમાં ફૂલફટાક યુવતી ઊભી હતી. એણે નિખિલને પૂછ્યું,

"હાય, નિખિલ. અહીં અત્યારે ક્યાંથી ?"

નિખિલના ચહેરા પરથી લોહી ઊડી ગયું. ગાત્રો શિથિલ થઈ ગયા. આવી કોઈ ક્ષણ માટે એ ટેવાયેલો નહોતો.

"હાય, રિયા. ઓફિસના કામે આવ્યો હતો. એણે ધીમે અવાજે કહ્યું."

પ્રિયંકાએ કોણી મારી, "એઈ... આપણે તો મારું શોપીંગ કરવા આવ્યા છીએ, ઓળખાણ તો કરાવ તારી ફ્રેન્ડ સાથે."

રિયાનું મગજ ફરી ગયું. એ સાહિલનો હાથ પકડીને જવાબની રાહ જોયા વગર ચાલવા માંડી. નિખિલ નર્વસ થઈ ગયો.

"સોરી પ્રિયંકા, મને એક કામ યાદ આવી ગયું. પ્લીઝ મને માફ કરી દેજે. મારે જવું પડશે." કહીને નિખિલ ઝડપથી મોલની બહાર નીકળી ગયો. પ્રિયંકા અચરજથી એને જતો જોઈ રહી.

મેધા સવારે મોડી ઊઠી. તૈયાર થઈને રૂમની બહાર આવી ત્યારે નાના નાની રાહ જોતા હતા. "કેમ આજે મોડું થયું ? નાના તારી રાહ જુએ છે."

"ખાસ કંઈ નથી, રાત્રે ઊંઘ નહોતી આવી એટલે આંખ મોડી ખુલી, શું હતું નાના ?"

"તું કાલે કહેતી હતી ને કે મારે પણ સોશિયલ વર્ક કરવું છે, મેં થોડા સેનીટેશન કીટ કરાવ્યા છે એક હોસ્પિટલમાં જનરલ વોર્ડમાં આપવા જવાનું છે. તારી પાસે PPE કીટ છે અને હોસ્પિટલ થોડી દૂર છે, તારે જવું છે ? આમ પણ આવ્યા પછી ક્યાંય ગઈ નથી. ત્યાં જઈશ બે-ચાર જણની ખબર પૂછીશ તો તને સારું લાગશે. ડ્રાયવર લાલાભાઈ તને લઈ જશે."

"હા, હું ચોક્કસ જઈશ. મને ગમશે."

"હા તો તૈયાર થઈ જા પહેલા; ચા-નાસ્તો કરી લે. હું લાલાભાઈ પાસે કાર્ટનો ગાડીમાં મુકાવું છું."

"એને કંઈ વાંધો તો નહીં આવેને ?" નાનીએ ચિંતા વ્યક્ત કરી.

"ના... ના... આવીને નાહી લેશે. અત્યારે જતી રહે તો જમવાના સમયે આવી જવાય. નોર્મલ તો થવું જ પડશે ને ?"

મેઘા તૈયાર થઈને નીકળી, ગાડી તૈયાર જ હતી. મેઘાએ ગાડીમાં બેસીને સુજાતાબેનને ફોન કર્યો, એ અત્યારે હોસ્પિટલ જાય છે, બપોરે એમને ત્યાં આવશે.

વડોદરાના રસ્તા પર ગાડી દોડતી હતી. થોડો વાહન-વ્યવહાર ચાલુ હતો, એક પણ માણસ રસ્તા પર દેખાય નહીં. કોરોનાનો કહેર હજી તો ચાલુ જ હતો. ખાસ ફરક આંકડાઓમાં આવતો નહીં. આવતા અઠવાડિયે અનલોક-૩ જાહેર થવાનું હતું. રસી ક્યારે શોધાશે એનો અણસાર પણ નહોતો. બધાની નજર ફાર્મસીઓ પર મંડાયેલી હતી. વૈજ્ઞાનિકો પણ દિવસ-રાત એક કરી રહ્યા હતા. કામના લીધે ના છૂટકે

લોકો બહાર નીકળતા અને એમાંથી ઘણા પટકાઈ જતા. છતાં પણ ત્રણ વસ્તુ ધ્યાનમાં રાખવાથી જલદી ચેપ લાગતો નથી એ વાત નિર્વિવાદ હતી. એક તો માસ્ક પહેરી રાખો, ત્રણ ફૂટનું અંતર રાખો અને સાબુથી હાથ ધોયા કરો, નહીંતર સેનેટાઈઝરની બાટલી ખીસામાં કે પર્સમાં રાખો. મેઘાની વિચારયાત્રા તુટી, હોસ્પિટલ આવી ગઈ હતી.

મેઘા હોસ્પિટલમાં પ્રવેશી, એણે પોતાનું આઈ.ડી. કાર્ડ અને નાનાનો લેટર રીસેપ્શન પર બતાવ્યા. રીસેપ્શનીસ્ટે વોર્ડબોયને હાથ ઉંચો કરીને બોલાવ્યો. ટ્રોલીમાં ગાડીમાંથી કાર્ટેનો લઈ આવીને મેઘાને આઈસોલેશન વોર્ડમાં લઈ જવાનું કહ્યું. હોસ્પિટલનું વાતાવરણ એવું ચિરપરિચિત વાતવરણ હતું. ઘણા વખતે પોતાના આત્મીય વિશ્વમાં આવી ગઈ હોય એમ લાગ્યું. એ કાર્ટેનો આવ્યા ત્યાં સુધી ઊભી રહી અને એ લઈને વોર્ડબોય આવ્યો એટલે એની પાછળ ચાલવા માંડી. આઈસોલેશન વોર્ડ હોસ્પિટલની પાછળના વિભાગમાં હતો. વોર્ડબોયે કહ્યું કે

"તમને અહીં ખોટા ઊભા રાખ્યા. તમારી ગાડી પાછળ જ લઈ જવાનું કહેવાનું હતું, તમારે બહુ ચાલવું પડશે."

"વાંધો નહીં." મેઘાએ જવાબ આપ્યો.

આખી હોસ્પિટલ ઓળંગીને એ લોકો પાછળ ગયા. આઈસોલેશન ડીપાર્ટમેન્ટના રીસેપ્શન પાસે ચાર-પાંચ પોલિસ ઊભી હતી અને મોટેથી પૂછપરછ કરતા હતા. એક ડોક્ટર જેવા લાગતા ભાઈ પોલીસ ને જવાબ આપતા હતા, "શું થયું હશે ?" મેઘા વિચારી રહી.

એક મધ્યમ વયના નર્સ બહેન PPE કીટ પહેરીને દરરોજ સતત છ કલાક સેવા આપતા હતા તે અચાનક બેભાન થઈ ને પડી ગયા હતા. દોડાદોડ થઈ ગઈ હતી. એક તો ભયંકર બફારો અને કીટ પહેરીને દોડાદોડ કરવી પડે એટલે શારીરિક શ્રમ પડે. વળી, દર્દીઓનો ધસારો અને સખત બફારા વચ્ચે આ બહેન સખત થાકથી બેભાન થઈ ગયા

હતા. એમના પતિએ ઉશ્કેરાઈને પોલિસ ફરિયાદ કરી હતી. એટલે પોલિસ આવી હતી. પરિસ્થિતિની ગંભીરતાના લીધે એમને પૂરતું પાણી પીવાનો કે ખાવાનો સમય રહેતો નહીં હોય. વળી, કોરોનાની બીકના લીધે ઘણાં ડૉક્ટરો અને નર્સી રજા પર ઉતરી ગયા હોવાથી સ્વાભાવિક રીતે સ્ટાફ ઓછો હતો અને કોઈકવાર ડ્યુટીના છ ના બદલે સાત કલાક કે તેથી પણ વધારે થઈ જતા હતા. એ બહેનને તાત્કાલિક બાટલો ચઢાવવામાં આવ્યો અને થોડીવારમાં ભાનમાં આવી ગયા હતા. રીશેપ્શાન પર ચાલતા ઉગ્ર વિવાદ વચ્ચે સફાઈ કામદાર પેલા બહેનને વ્હીલચેરમાં લઈને આવ્યા. પાછળ સ્ટાફ મેમ્બરોનું ટોળું હતું. વ્હીલ-ચેર પર પેલા બેહોશ થઈ ગયેલા નર્સ બહેન હતા. પોલિસોને એમણે બે હાથ જોડી વિનંતી કરી કે પોતે નિવેદન આપવા માંગે છે, પોલિસો શાંત થઈ ગયા. પેલા ડૉક્ટર જેવા ભાઈએ વ્હીલ-ચેરના બે હેન્ડલ પકડી લીધા અને પેલા બહેનને પોલિસ માટે ખુરશી લઈ આવવા ઈશારો કર્યો. તરત જ કોઈ ખુરશી લઈ આવ્યું અને ઈન્સ્પેક્ટર જેવા લાગતા પોલિસ ખુરશીમાં બેઠા. એમણે મોબાઈલમાં રેકોડિંગ ચાલુ કર્યું અને બહેને બોલવા માંડ્યું....

“મારે હોસ્પિટલની વિરુદ્ધ કોઈ ફરિયાદ કરવાની નથી, એ વાત સાચી છે કે વધુ પડતા શ્રમના કારણે હું બેભાન થઈ ગઈ હતી. શ્રમ કરતાં તો વધારે બફારો શબ્દ વાપરું તે યોગ્ય રહેશે. અત્યારે ચાલતી મહામારીમાં સપડાતા લોકોની સેવા કરવી એ જ મારો ધર્મ માનું છું. આગલા દિવસે મને થોડી નબળાઈ લાગેલી જ મેં ગણકારી નહોતી. મારા પતિએ મારા પ્રત્યેના પ્રેમભાવના લીધે ફરિયાદ કરી છે. એ મારું હિત જુએ છે, તેને ભગવાનના આશીર્વાદ માનું છું. પણ હું દર્દીઓનું હિત જોઉં છું કારણ કે એ લોકોને મારી જરૂર છે. રોજના કેટલાય દર્દીઓ અહીં દાખલ થાય છે. એમના ચહેરા એટલા ઉદાસ અને ગમગીન હોય છે જે મારાથી જોવાતું નથી. મારો બનતો પ્રયત્ન તેમની સારવાર દરમિયાન તેમના ચહેરા પર સ્મિત લાવવાનો કરું છું. ઘણાં તો બિચારા ઘેર પાછા જઈ શકતા નથી. પણ જે સાજા થઈને જાય છે તેમના ચહેરા પર છલકતો આનંદ એ જ મારી મોટામાં મોટી બક્ષીસ માનું છું. ડૉક્ટરો કહેશે ત્યાં સુધી જરૂર આરામ કરીશ પણ પછી તરત મારી ફરજ પર

હાજર થઈ જવાની મારી ઇચ્છા છે," નર્સ બહેને બોલવાનું પૂરું કર્યું.

ઈન્સપેક્ટરે રેકોડિંગ બંધ કર્યું. ક્ષણ માટે સન્નાટો છવાઈ ગયો. અને તરત જ એમણે ખુરશી પરથી ઊભા થઈને બહેનને વિધિસર સલામી આપી. તેમના સાથીઓ તેમને અનુસર્યા અને બાકી બધાએ તાલીઓના ગડગડાટથી બહેનને વધાવી લીધા. મેઘાને ફ્લોરેન્સ નાઈટીન્ગલ યાદ આવી ગયા. ઈન્સપેક્ટર સાહેબે કહ્યું, "આપણે કોરોના યોદ્ધાઓને સન્માન આપીએ છીએ, પણ યોદ્ધાઓના સમૂહમાં જવલ્લે જોવા મળતા આ નર્સ બહેન જેવા યોદ્ધાઓ શોધી કાઢીને ખાસ સન્માન આપવું જોઈએ." આમ કહીને તેઓ ચાલ્યા ગયા. ત્યાં ઊભેલા તમામ લોકો પેલા બહેનનું અભિવાદન કરી પોતાના કામે વળગ્યા. મેઘાએ પણ પોતાનુ કામ જનરલ વોર્ડમાં જઈને પતાવ્યું અને પેલા નર્સનો તો રૂમ નંબર પૂછીને એમને મળવા ગઈ. પોતાની ઓળખાણ આપી એ બહેનને ખૂબ ખૂબ શુભેચ્છાઓ પાઠવીને ઘેર આવવા નીકળી.

ઘેર આવીને નાહી લીધું, પછી ત્રણે જણાએ જમી લીધું. જમતા જમતા મેઘાએ હોસ્પિટલમાં ઘટેલી ઘટનાનો અહેવાલ આપ્યો અને પોતે પણ હવે મમ્મીના ફોનની રાહ જોઈ રહી છે એમ કહ્યું. જમીને ઉઠતાં એણે કહી દીધું કે કલાક પછી એ સુજાતાબેનને ત્યાં જશે. કલાક પછી ફ્રેશ થઈને, માસ્ક પહેરી, દુપટ્ટો ઓઢી એ સુજાતાબેનને ત્યાં જવા નીકળી. જઈને બેલ મારી અને સુજાતાબેને બારણું ખોલ્યું.

"આવ મેઘા, તારી જ રાહ જોતી હતી."

મેઘા અંદર ગઈ, એને ખ્યાલ આવ્યો કે સુજાતાબેન ડ્રોઈંગરૂમમાં સોફા પર આડા પડીને પુસ્તક વાંચી રહ્યા હતા. "કયું પુસ્તક વાંચતા હતા ?" મેઘાએ પૂછ્યું.

"ઓશોનું આત્મીયતા પુસ્તક મને વારંવાર વાંચવુ ગમે છે. હમણાં ઘણા સમયથી હાથમાં નહોતું લીધું. આજે હાથમાં આવ્યું તો પાનાં ઉથલાવતી હતી."

''મેં પણ તમે નહોતા ત્યારે. પ્રિયજન નવલકથા વાંચી નાખી; મારું મન થોડું ભારે થઈ ગયું. પ્રેમ એટલે શું કહેવાય ! એની સમજણ મને આ પુસ્તકે આપી. પ્રેમ તો બે આત્માઓ વચ્ચે હોય છે. પ્રેમમાં હતાશા નથી, કકળાટ નથી, જીવનની સુખ-સુવિધાઓ ત્યાગી દેવાની વાત નથી, બસ પોતાની વ્યક્તિ જ્યાં હોય ત્યાં સુખી હોય, એને ક્યારેય તકલીફ ભોગવવી ના પડે એવી પ્રાર્થના કરવાની વાત છે. દરેક જવાબદારીઓ નિષ્ઠાપૂર્વક, પ્રેમપૂર્વક અને બીજાને સુખ આપીને નિભાવવાની વાત છે. પ્રેમની વ્યાખ્યા વિશાળ છે. પ્રેમ માત્ર શરીરસુખ પૂરતો મર્યાદિત નથી. પ્રેમનું ફલક સમગ્ર વિશ્વ છે. સમગ્ર વિશ્વમાં સમાઈ જાય છે. મને નવલકથા ખૂબ ગમી. આખો દિવસ એમાં જતો રહ્યો."

"મેઘા તે પ્રેમ કર્યો છે ? તું કોઈના પ્રેમમાં છું ?"

મેઘાની આંખોમાંથી ટપટપ આંસુ ટપકવા માંડ્યા.... સુજાતાબેને બાજુમાં પડેલા નેપકીનથી મેઘાના આંસુ લૂછી નાખ્યા.

"ચાલ આપણે બગીચામાં જઈને બેસીએ. આજે વાદળા છે. તડકો આવ્યો જ નથી, નહીં વાંધો આવે."

બંને જણા બહાર બગીચામાં આવીને બેઠા. કમ્પાઉન્ડ વોલ પાસે ઊંચા થઈ ગયેલા પારિજાતના પુષ્પોના છોડ એમની સામે સ્મિત કરી રહ્યા હતા. વરસાદના લીધે ધોવાઈને સ્વચ્છ બની ગયેલા બગીચાના પણ લીલાછમ બનીને લહેરાઈ રહ્યા હતા. સુજાતાબેને સામે હિંચકા પર બેઠેલી મેઘાનો હાથ પોતાના હાથમાં લઈને પંપાળતા પૂછ્યું,

"બોલ મેઘા શું વાત છે ?"

મેઘાએ પોતાની વાત શરૂ કરી. પોતાને કોરોના થયેલો, હોસ્પિટલ, નિખિલ સાથે મુલાકાત, ડૉ. અમીષ સાથેની વાતચીત અને પછી વડોદરા આવી ગઈ અને છેલ્લે બે દિવસ પહેલા આનંદ સાથે થયેલી

ફોન પર વાત; બધી જ વાત સુજાતાબેનને કરીને હૈયાનો ભાર ઠાલવી દીધો.

સુજાતાબેને શાંતિથી વાત સાંભળી. એમણે આનંદની વાતથી વાતની શરૂઆત કરી. "આનંદનું વર્તન જોઈને મને ખ્યાલ આવી ગયો હતો કે, એ તારા પ્રેમમાં પડી ગયો છે. મેં એને પૂછેલું પણ ખરું, ત્યારે એણે જવાબ નહોતો આપ્યો. પણ ઊંડે ઊંડે મને હતું કે એ તને ફોન કરશે ખરો."

"આનંદ સારો છોકરો છે, પણ એની સાથે આગળ વધવાનો પ્રશ્ન જ નથી." મેઘાએ જવાબ આપ્યો.

"તારું એની સાથેનું વર્તન જોઈને મને ખ્યાલ આવી ગયેલો કે તારુ મન બીજે ક્યાંક ઢળેલું લાગે છે. પણ હવે તું શું કરવા માંગે છે ?"

"મને નથી સમજણ પડતી, બહેન. મેં અહીં આવીને એની સાથે વાત જ કરી નથી. પણ મારા મનમાંથી એ એક ક્ષણ માટે પણ ખસ્યો નથી. હવે મને મારું ઘર, મારી હોસ્પિટલ, મારુ કામ, મારી મિત્ર રિયા અને મારો નિખિલ બહુ યાદ આવે છે. પણ ડૉ. અમીષ યાદ આવે એટલે વિચારશૂન્ય થઈ જવાય છે."

"હું તને એમ નહીં કહું કે તે અહીં આવીને ભૂલ કરી છે. ચાલો માની લઈએ છીએ કે, તારા નાના-નાનીને તારી જરૂર હતી અને તારી પાસે સમય હતો અને તું આવી ગઈ. પણ ક્ષણિક આવેગમાં તે અહીં આવવાનો નિર્ણય લીધો એ બરાબર નથી કર્યું. સંજોગોનો સામનો કરતા શીખ. જે પરિસ્થિતિ આવે એનો સ્વીકાર કર્યા વગર ભાગી છૂટવું એનાથી પરિસ્થિતિનું સમાધાન તો થવાનું જ નથી; એનાથી વિપરીત કેટલા બધાના મનમાં તે ભાર ઊભો કરી દીધો છે. રિયા, નિખિલ, ડૉક્ટર અને એ બધાના ભારનું વજન તું તારા મન પર લઈને જીવી રહી છો."

"મને કંઈ જ સમજણ નથી પડતી બહેન. હું ત્યાં જઈશ તો પણ હોસ્પિટલ જઈને ડૉ. અમીષનો સામનો કેવી રીતે કરીશ?"

"સામનો કરવાની વાત જ ક્યાં છે ? તને ડોક્ટરે કહ્યું છે કે એ તને પ્રેમ કરે છે ? એવું તો નથી કહ્યું ને કે નિખિલ સાથે વાત ના કરતી ? એ વાત સાચી કે એ તમને બંનેને સાથે જોઈને ગુસ્સે થયા... એ વાત પણ સાચી કે તને એમણે સરખો જવાબ આપવાના બદલે તારી સમક્ષ પોતાનો ઉભરો ઠાલવી દીધો. શક્ય છે કે પછી એમને અફસોસ થયો હોય એ તને કદાચ સોરી પણ કહેવા માંગતા હોય પણ તું તો અચાનક જ એ પરિસ્થિતિમાંથી ગાયબ થઈ ગઈ અને બધાના મનમાં ગુનાહીત ભાવ ઊભો કરી દીધો. હવે તારે જ આ પરિસ્થિતિ સુલટાવવી પડે."

"હવે શું કરું બહેન ?"

"તારે આવા ક્ષુલ્લક કારણ માટે નિખિલને ભૂલી જવો છે ? પહેલાં તો તારે નિખિલને વાત કરવી પડે. બીજી વાત તો ડૉ. અમીષના નામનો ભાર તારા મનમાંથી કાઢી નાખ. પહેલું કામ હોસ્પિટલમાં ફરજ પર હાજર થઈ જવાનું કર. ડોક્ટર સાથે કઈ બન્યું જ ન હોય એ રીતે એમનો સામનો કર અને એ કઈ રીતે તારી સાથે વાત કરે છે એનું નિરીક્ષણ કર."

"બહેન, મને બીક લાગે છે."

"એ તને ખાઈ નથી જવાના."

બંને જણા હસી પડ્યા. સુજાતાબેને મેઘાને સમજાવી, "જો મેઘા જીવનમાં ઘણીવાર નિર્ણય લેવાની ક્ષણ આવતી હોય છે. હજી તો તું યુવાનીમાં ડગ માંડી રહી છું, બીન અનુભવી છો, જેમ આગળ વધીશ એમ કેટલીય વાર એવી પરિસ્થિતિ આવીને ઊભી રહેશે કે આપણે નિર્ણય લેવાનો હોય ત્યારે બહાવરા નહીં બની જવાનું. શાંત ચિત્તે

વિચાર કરવો. આપણા સ્વાર્થનો પણ વિચાર ના કરવો અને આપણું કંઈ ગુમાવવું પડે એવો પણ વિચાર ના કરવો. તટસ્થ રીતે વિચારી ને એમાંથી રસ્તો કાઢવો. રસ્તો મળે જ છે."

"બહેન તમારી પાસેથી કેટલું બધું શીખવાનું છે. બહેન તમને એક વાત પૂછવાનું મન થાય છે, તમે કેમ એકલા છો ?"

સુજાતાબેન હસી પડ્યા. "આજે આપણે બહુ વાતો કરી. તારા જવાનો સમય પણ થઈ ગયો છે. હજુ તો તને જતા એકાદ-બે દિવસ તો થશે. કાલે નિરાંતે આવજે. હું તને મારી બધી જ વાત કરીશ."

મેઘા નાનીના ઘેર પહોંચી ત્યારે સરોજબેન બેઠા હતા. મેઘાને જોઈને ખુશ થઈ ગયા. "હું તારી જ રાહ જોતી હતી."

શારદાબેન સારા સમાચાર આપવા આવ્યા હતા. "તારી સલાહ સાચી પડી ગઈ. અમે ત્યાં સામા જવાનું કીધું તો એ લોકો સંમત થઈ ગયા. ક્ષમા અને સચીનની ખુશીનો પાર નથી. હું ઉઠતી જ હતી તો તારા નાની કહે કે 'મેઘા આવતી જ હશે, એને કહીને જાઓ." એટલે થોડીવાર વધુ બેઠી."

મેઘા ખુશ થઈ ગઈ. "તમને ખૂબ ખૂબ અભિનંદન. ક્ષમાને પણ મારા અભિનંદન કહેજો."

સરોજબેન ખુશ થતા ચાલી ગયા.

11

પ્રકરણ

રિયા નિખિલને મોલમાં પ્રિયંકા સાથે જોઈને અકળાઈ ગઈ. સાહિલનો હાથ ખેંચીને ચાલવા માંડી. સાહિલને કંઈ સમજણ ના પડી, "અરે, અરે... પણ મને ખેંચીને ક્યાં લઈ જાય છે ? શું થયું ? એ લોકો કોણ હતા?"

"મેઘાનો ફ્રેન્ડ હતો. હજી ત્રણ દિવસ પહેલાં તો ફોન આવેલો કે મેઘા ક્યાં છે ? જાણે એના વગર મરતો હોય. અને આજે તો જુઓ, બીજીને લઈને ખરીદી કરવા નીકળી પડ્યો છે. હું મેઘાને કહેવાની છું કે તું ત્યાં બેસી રહે નિખિલ તો ફટાકડીઓ જોડે ફરવા માંડ્યું છે."

"તું નાહકની ગુસ્સે થાય છે, એનું જે રીતે મોઢું પડી ગયું એ રીતે એ કદાચ કોઈ મજબૂરીથી આવ્યો હશે."

"શેની વળી, મજબૂરી ! ના ન પાડી શકે ? તને ખબર નથી આજકાલના છોકરાઓની."

"આપણે જુનાં જમાનાના છીએ ? કોઈના માટે ઝડપથી અભિપ્રાય ન બાંધી લે."

"તું સરળ છો એટલે તને બધા સરળ જ લાગે છે, ફોડશે મેઘા, ચાલ

હવે."

નિખિલ પણ રિયાને જોઈને અપસેટ થઈ ગયો હતો. એ પ્રિયંકાને છોડીને ઝડપથી નીકળી ગયો પણ રસ્તામાં એને વિચાર આવ્યો કે, શા માટે એ અપસેટ થઈ ગયો ? કોઈની સાથે બહાર ના જઈ શકે ? કોઈને પોતાની ફેન્ડ તરીકે ઓળખાણ ના કરાવી શકે ? આ ક્યાં મેધા હતી ? મેધા હોય તો પણ શું ? જે હોય તે પણ એ મન ના મનાવી શક્યો. એ સીધો ઘેર જતો રહ્યો. એણે મમ્મીને કહ્યું, "મમ્મી ચા બનાવી આપને. બહુ માથુ દુ:ખે છે."

મમ્મીએ તરત કપાળે હાથ મૂક્યો, "પાછો તાવ તો નથી ને ?"

"ના... ના... થાકી ગયો છું, ચા પીને આડો પડું છું. જમવાના સમયે મને ઉઠાડજે." ચા પીને નિખિલ રૂમમાં ચાલી ગયો. ડૉ. અમીષ સાંજે આવ્યા અને ફ્રેશ થઈને ટેબલ પર જમવા આવ્યા ત્યારે મમ્મીએ કહ્યું,

"નિખિલ વહેલો આવી ગયો છે, માથું દુ:ખતું હતું એટલે સૂઈ ગયો છે. એને ઉઠાડી લાવને."

ડૉ. અમીષ વિચારમાં પડ્યા. "નિખિલને થયું છે શું ?" એ નિખિલના રૂમમાં ગયા. નિખિલ ઊંઘતો હતો. પલંગ પર એની પાસે બેસીને નિખિલને વહાલથી હલાવ્યો, "નિખિલ, જમવું નથી? ચાલ બહાર મમ્મી-પપ્પા રાહ જુએ છે."

નિખિલ સફાળો બેઠો થઈ ગયો. "ઓહ ! તમે પણ આવી ગયા? જમવાનો સમય થઈ ગયો ? તમે જાઓ, હું ફ્રેશ થઈને આવું છું."

બધાએ જમવાનું શરુ કર્યું. મમ્મીએ અચાનક અમીષને પૂછ્યું, "અમીષ, પછી તે સુહાની સાથે વાત કરી ?"

નિખિલને નવાઈ લાગી. "કોણ સુહાની મમ્મી ?"

"અરે નિશામાસીના કુટુંબમાં એક છોકરી છે, સુહાની. સુહાની પીડિયાટ્રીશીયન ડોક્ટર છે. માસી બહુ જ આગ્રહ કરે છે અમીષને કહો એક વાર મળી લે. પણ આપણા ભાઈસાહેબને સુહાનીને ફોન કરવાનો પણ સમય નથી મળતો."

"મમ્મી ખરેખર મારે બહુ કામ હોય છે. છતાં પણ में આજે ફોન કરેલો. એકાદ-બે દિવસમાં મળીશું એમ કહ્યું છે." અમીષે જવાબ આપ્યો.

મમ્મીને હાશ થઈ.

"મને તો ઘરની કોઈ વાતની ખબર જ નથી હોતી." નિખિલે ફરિયાદ કરી.

"તું પણ આજકાલ તારામાં જ ખોવાયેલો હોય છે, મને મળે છે ? મારી પાસે બેસે છે ?" મમ્મી બોલ્યા.

નિખિલ નીચું જોઈને જમવા માંડ્યો, "તારા પર જાણે દુઃખનો પહાડ તૂટી પડ્યો હોય એવું મોઢું હોય છે તારું." ડૉ. અમીષે મશ્કરી કરીને મમ્મીની વાતને વેગ આપ્યો, નિખિલ ચૂપ રહ્યો અને બધાએ જમી લીધું.

રૂમમાં જઈ ડૉ. અમીષ વિચારવા માંડ્યા. આજકાલ એ ખુશ રહેતા હતા. નિખિલને જોઈને દ્વિધામાં પડી જતા. નિખિલને વાત કરવી કે નહીં, મમ્મી ડૉ. સુહાનીને મળવાનો આગ્રહ કર્યા કરતી. છેવટે પહેલા એમણે સુહાનીને ફોન કરેલો. પછી નિખિલને કહેશે – એમ વિચાર્યું હતું. વાત આમ હતી- ડૉ. અમીષ શ્રીવાસ્તવને હકીકતમાં હમણાં સમય નહોતો મળતો. અનલોક થ્રી ચાલુ થઈ ગયું હતું. લોકોને રાત્રી કરફ્યુમાંથી મુક્તિ મળી હતી. દુકાનો આઠ વાગ્યા સુધી તથા રેસ્ટોરન્ટો દસ વાગ્યા સુધી ચાલુ રાખી શકાય એવી પરવાનગી મળી ગઈ હતી. જો કે હજી લોકો રેસ્ટોરન્ટમાં જતા ગભરાતા હતા. ઘણા શોખીન

લોકોએ ઘેર મંગાવવાનું ચાલુ કહ્યું હતું. તહેવારો પણ નજીક હતા. તહેવારો ઉજવવા વિશે અસમંજસ હતી. લોકો એકબીજાના ઘેર જવા માટે ગભરાતા હતા, હજી પણ કામદાર વર્ગ ગામથી પરત નહોતો આવ્યો.

ગયા અઠવાડિયે સ્વામીનારાયણ સંપ્રદાયના નિત્યાનંદ સ્વામીને હાર્ટ એટેક આવ્યો હતો. એમને હોસ્પિટલમાં દાખલ કરવામાં આવ્યા હતા. કાર્ડિયાક વોર્ડ આખો સ્વામીનારાયણ સાધુઓથી ભરાઈ ગયો હતો. સ્વામીજી વરિષ્ઠ હતા. એમનો શિષ્યગણ પણ મોટો હતો. એમના બધા પરિક્ષણો કરવામાં આવ્યા. માઈલ્ડ એટેક એમને આવ્યો હતો. ભારે સમજાવટ અને થોડી સખતાઈથી બે શિષ્યોને રહેવાની રજા આપીને બાકીના શિષ્યોને વિદાય કર્યા હતા અને વોર્ડને સેનેટાઈઝ કરવામાં આવ્યો હતો. સ્વામીજી ડૉ. અમીષ શ્રીવાસ્તવના હાથ નીચે સારવાર લઈ રહ્યા હતા. તેઓ જ્ઞાની હતા, સૌમ્ય હતા, એમનો તેજસ્વી ચહેરો ભલભલાને પ્રભાવિત કરી શકે એમ હતો. જોતજોતામાં સ્વામીજી અને ડૉ. શ્રીવાસ્તવ વચ્ચે મિત્રતા થઈ ગઈ હતી. સ્વામીજી હંમેશાં પ્રસન્નચિત્ત રહેતા. ચહેરા પર ના કોઈ ભય, ના કોઈ ચિંતા. ડૉ. શ્રીવાસ્તવ એમના સ્વાસ્થ્ય અંગેની જાણકારી આપે એટલે હંમેશાં એમ જ કહે, "મને તમે જે જાણકારી આપો છો તેનાથી કોઈ ફરક નથી પડતો, ચિંતા में ભગવાનને સોંપી દીધી છે અને એ સૌ સારાવાના જ કરશે. મને એના પેર પુરી શ્રદ્ધા છે." ડૉક્ટર હસી પડતા અને પૂછતા,

"તમે કેવી રીતે હંમેશાં પ્રસન્ન ચિત્ત રહી શકો છો?"

"જે પરિસ્થિતિ સામે આવે એને સહર્ષ સ્વીકારી લઈએ તો કોઈ ભય કે વેદના ઊભા થતા નથી."

"પણ સ્વામીજી આટલાં વ્યસ્ત જીવનમાં એટલી ચિંતાઓ રહે છે કે પ્રસન્ન નથી રહેવાતું, કોઈવાર મન દુઃખી થઈ જાય છે." ડૉ. અમીષે ખુલાસો કર્યો.

"ખોટી વાત છે. આપણું કામ આપણે પૂરી પ્રમાણિકતાથી કરતા હોઈએ

તો પછી ચિંતા થાય જ નહીં. જે થવાનું છે તે તો થઈને જ રહેવાનું છે. મારા પ્રયત્નમાં કોઈ ઊણપ નથી એમ વિચારીએ તો પછી ચિંતા મુક્ત બની જવાય છે. ગીતા તો વાંચી હશે ને ? તમને કર્મ કરવાનો જ અધિકાર છે, ફળ મેળવવાનો કદાપિ નહીં."

"છતાં ય કોઈક વાર તો અપેક્ષા રહે છે."

"અપેક્ષા બધાં દુઃખોનું મૂળ છે. ક્યારેય કોઈનો પ્રેમ ઓછો માનવો નહીં. આપણી અપેક્ષાઓ જ વધારે હોય છે."

"સ્વામીજી પ્રતિભાવની અપેક્ષા રાખવી એ તો માણસનો સહજ સ્વભાવ છે." ડૉક્ટરે જવાબ આપ્યો.

સ્વામીજી હસી પડ્યા, "મનમાં કોઈ અપેક્ષા હોય અને ફળે નહીં એટલે દુઃખી થઈ જવાય. આપણી ખુશીની અપેક્ષા બીજા પાસેથી રાખી હોય એમાં દુઃખ જ દુઃખ છે. આપણે જ આપણી જાતને ખુશ નથી રાખી શકતા તો કોઈ બીજો માણસ આપણને ખુશી કેવી રીતે આપી શકે? અને આપે તો પણ એ ક્ષણિક રહેવાની. આપણી લાલચ વધતી રહેવાની. હજુ આમ થાય તો વધારે સારું...."

ડૉ. શ્રીવાસ્તવે કહ્યું "વાત તો સાચી છે, સ્વામીજી પણ શક્ય છે?"

"હા, કેમ નહીં જીવનને હંમેશાં સહજતાથી જ સ્વીકારવું જોઈએ. જીવન વહેતા ઝરણા જેવું છે. જે નિયતિ સાથે જોડાયેલું છે, એ તો જોડાઈ જ જવાનું છે, પણ જે નથી તેને પણ સાથે જોડવાનો પ્રયત્ન કરીએ એમાં નિરાશા જ મળવાની."

ડૉક્ટરને સ્વામીજીની વાતો શીરાની જેમ ગળેથી ઉતરી જતી. એમને સ્વામીજીનો ઘડીક ભરનો સત્સંગ ગમતો. ધીમે ધીમે એ વિચારવા માંડેલા કે સ્વામીજી કેટલું સાચું કહે છે. મેં જ ઉતાવળ કરીને મેઘાને ઝાટકી નાખેલી. એમાં એનો ક્યાં કોઈ વાંક હતો. એને મેં ક્યાં એકેય

વાર કશું કહેલું ? એ તો મારું દીવાસ્વપ્ન હતું. એના મનમાં જાદૃથી તો મારી વાત આવી જાય નહીં ને ? અને મેં પણ ક્યાં કોઈ દિવસ ગંભીરતાથી વિચારેલું ! મારા મનમાં એ ઘણીવાર ઝબકી જતી. પણ પછી પાછો વિચાર ગાયબ થઈ જતો. સ્વામીજીની વાત તો સાચી છે, મેં મનમાં સ્વપ્નાનો મહેલ ચણી નાખ્યો અને પછી વિચારી લીધેલું જ કે એ ક્યાં ના પાડવાની છે. એને નિખિલ સાથે જોઈને વધારે તો પોતાનો અહમ જ ઘવાયેલો. હવે આ વાત પોતે મનમાંથી કાઢી નાખશે અને બીજી દિશામાં વિચારશે. મમ્મી બિચારી કહી કહીને થાકી ગઈ છે કે હું સુહાનીને ફોન કરું. સુહાનીને ફોન કરવો પડશે અને એમ વિચારીને આજે યાદ રાખીને ફોન કરેલો. આવતીકાલે જ સમય કાઢીને એને મળી લઈશ. પણ મળવું ક્યાં ? રેસ્ટોરન્ટ્સ ખુલી ગઈ હતી, પણ હજી લોકો જતા ગભરાતા હતા.

બીજા દિવસે સવારે હોસ્પિટલ પહોંચીને પહેલું કામ ડો. અમીષે, ડો. સુહાનીને ફોન કરવાનું કર્યું. સુહાનીએ કહ્યું એ સાંજે પાંચ વાગ્યા પછી ફ્રી જ હોય છે. બંને જણાએ સાંજે સાડા પાંચે લાલ દરવાજા પાસે આવેલી ગ્રીન હાઉસ રેસ્ટોરન્ટમાં મળવાનું નક્કી કર્યું. અમીષે વિવેક કર્યો કે એ એને ક્લીનીક પરથી લઈ લે ? સુહાનીએ નમ્રતાથી ના પાડી. એ સાડા પાંચે ત્યાં આવી જશે. સુહાનીનું પ્રાયવેટ ક્લીનીક હતું. પાલડીમાં આવેલા આશીર્વાદ બિલ્ડીંગમાં લગભગ બધા ક્લીનીકો જ હતા. સુહાનીએ ડીગ્રી મેળવીને બે વર્ષ હોસ્પિટલમાં કામ કરીને અનુભવ લીધો હતો અને તરત જ પોતાનું ક્લીનીક ખોલ્યું હતું. બાળકોના રોગોની તે નિષ્ણાંત હતી. તેનું ક્લીનીક સારું ચાલતું હતું. સવારે નવ વાગે ક્લનીક પર આવી જતી. દોઢથી બેમાં ત્યાં જ લંચ લઈ લેતી અને સાંજે પાંચ વાગ્યા સુધી કામ કરતી. પછી ઈમરજન્સી આવી જાય તો ઠીક પણ સાંજનો સમય પોતાની ગમતી પ્રવૃત્તિ માટે ફાજલ રાખતી. સાંજે જિમખાના જતી. કોઈકવાર ચાલવા નીકળતી અને અઠવાડિયામાં બે વાર આંબાવાડીમાં એક મહારાષ્ટ્રીયન બહેન રહેતા હતા એમને ત્યાં સિતાર શીખવા જતી. એનું પર્સનલ કોચિંગ રહેતું. આમ, પણ એ બહેન એક જ જણને સમય આપીને સિતાર શીખવાડતા. વરસોથી જતી હતી એટલે સિતાર પર એનો હાથ બેસી

ગયો હતો. સિતાર સરસ વગાડતી. સુંદર છોકરી હતી. પાછી ડૉક્ટર, એટલે જ્યાં જાય ત્યાં એનો વટ પડતો.

સાંજે સાડા પાંચે એ ગ્રીન હાઉસ પહોંચી ગઈ. એણે મરુન કલરની સિલ્કની સાડી પહેરી હતી. મેચિંગ જ્વેલરી પહેરવાનો એને શોખ હતો. એ જ કલરના સ્ટોનની બુટ્ટી અને પેન્ડન્ટ એની સુંદરતાને ચાર ચાંદ લગાવી દેતા હતા. એના વાળ લાંબા હતા. ઢીલો ચોટલો વાળ્યો હતો. ત્યાં વેલે પાર્કિંગ હતું. એ રેસ્ટોરન્ટના કમ્પાઉન્ડમાં ઉતરીને વેલેવાળાને ચાવી આપતી હતી ત્યાં જ પાછળની ગાડીમાંથી ડૉ. અમીષ ઉતર્યા. બંને જણા સમયસર સાથે જ પહોંચી ગયા હતા. ગ્રીન હાઉસ અને શહેરના જાણીતા ઉદ્યોગપતિ અને ગાંધીજીને ચળવળમાં સાથ આપનાર નગરશ્રેષ્ઠી મંગલદાસ પારેખના વિશાળ બંગલામાં એમના જ કુટુંબીજન દ્વારા ચલાવાતી સરસ રેસ્ટોરન્ટ હતી. આમ તો આખા બંગલામાં નીચે ગ્રીન હાઉસ ઉપરના બે માળમાં વૈભવી હોટલ અને અગાસીમાં "અગાસીએ" નામની ગુજરાતી થાળીનું જમણ પીરસતી શહેરની નામાંકિત રેસ્ટોરન્ટ હતી. બંને જણાએ ગ્રીન હાઉસના એ.સી. હોલમાં બેસવાનું નક્કી કર્યું. બહાર ખુલ્લામાં બેસવાની પણ સરસ સગવડ હતી. પણ પહેલીવાર મળતા હતા એટલે એ.સી. રૂમમાં જ ગયા. પ્રવેશદ્વાર પર જ થર્મલ ચેકીંગ થયું અને ત્યાં જ સેનેટાઈઝરની બોટલ હતી. પણ સુહાનીએ કહ્યું "મારી પાસે છે." માંડ બે ટેબલ પર ગ્રાહકો બેઠા હતા બાકી તો હોલ ખાલી હતો. એ લોકો એ ટેબલથી સહેજ દૂર સામસામે બેઠા. સુહાનીએ માસ્ક કાઢીને પર્સમાં મૂક્યો અને સેનેટાઈઝરની બોટલ બહાર કાઢી. અમીષે પણ માસ્ક કાઢીને ખીસામાં મૂક્યો અને બંને જણાએ હાથ સેનિટાઈઝ કરી લીધા.

"હાશ... હવે ચહેરા દેખાયા !" ડૉ. અમીષ હસી પડ્યા.

સુહાનીએ પૂછ્યું, "શું મંગાવીશું ? મારે તો કોફી જ પીવી છે, પણ તમારે બીજુ કંઈ લેવું હોય તો સંકોચ ના રાખતા."

અમીષે હસીને કહ્યું “મારે પણ કોફી જ પીવી છે."

"પણ એક કામ કરીએ ક્લબ સેન્ડવીચ મંગાવીએ એટલે શાંતિથી વાત થાય." સુહાનીએ જવાબ આપ્યો અને વેઈટરને બોલાવીને ઓર્ડર આપ્યો.

વાતની શરૂઆત કેવી રીતે કરવી એની અવઢવ બંને જણ અનુભવી રહ્યા. અમીષે વાત શરૂ કરી. "મમ્મી કેટલાય સમયથી આગ્રહ કરતી હતી પણ અત્યારે સમય એવો ચાલે છે કે વ્યસ્તતા બહુ રહે છે."

"સાચી વાત છે, પણ મારું ફિલ્ડ એવું છે કે એમાં ઈમરજન્સી ઓછી આવે છે. તમારા નેહા માસી મારા કઝીન કાકી થાય છે. એમણે મમ્મીની કોણીએ એવો ગોળ ચોંટાડેલો કે તમને અમીષ જેવો છોકરો મળશે નહીં અને એ પણ પાછો ડૉક્ટર એટલે મમ્મી ટાઢી થઈને રાહ જોતી હતી. મારે તો પરણવાની ઉતાવળ નહીં. એટલે મારે શાંતિ હતી કે તમારો ફોન આવશે એટલે મળીશું."

"કેમ તમને પરણવાની ઉતાવળ નથી ?" અમીષે પૂછ્યું.

"મારા જીવનમાં બે વર્ષ પહેલા એક દુઃખદ ઘટના બની ગઈ છે, મારે તમારાથી કશું છુપાવવાનું નથી. આપણે જ્યારે પણ મળીએ ત્યારે હું તમને કહેવાની જ હતી અને તમે જે નિર્ણય લેશો તે મને માન્ય રહેશે પણ હું કોઈને અંધારામાં રાખીને નવું જીવન શરૂ કરવા માંગતી નથી."

ડૉ. અમીષના ચહેરા પર પ્રશ્નાર્થ છવાઈ ગયો.

12

પ્રકરણ

થોડીવારમાં વેઈટર કોફી અને સેન્ડવીચ મૂકી ગયો. બે ટેબલમાંથી એક ટેબલ ખાલી થઈ ગયું હતું અને બીજા ટેબલ પર એક કપલ જ બેઠું હતું. હોલમાં શાંતિ હતી. સુહાનીએ પોતાની વાત શરુ કરી : "બે વર્ષ પહેલાં મારી સગાઈ એક ધનાઢ્ય કુટુંબમાં થઈ હતી, અમારા કુટુંબમાં કોઈએ છોકરો બતાવેલો. એનું નામ આદિત્ય હતું, એ એન્જિનિયર હતો અને એના પપ્પાને એ.સી. બનાવવાની ફેક્ટરી હતી. બોપલ રોડ પર એમનો વિશાળ બંગલો હતો. અમે બે મળ્યા, સૌને હું બહુ ગમી ગઈ. પણ મને એનો એટીટ્યુડ થોડો જુદો લાગેલો, મેં કહ્યું મારે વિચારવું છે. પણ સામેથી એટલો બધો આગ્રહ અને ઉતાવળ કરવામાં આવ્યા કે જાણે એમના જેવું કુટુંબ મળશે જ નહીં, છતાં પણ મેં બીજીવાર મળવાનો આગ્રહ રાખ્યો. બીજીવાર મેં એને પૂછી લીધું કે હું ડૉક્ટર છું અને મારે મારી કેરિયર ચાલુ રાખવાની છે. મને ખબર છે તમારા ઘરમાં એની કોઈ જરૂર નથી પણ હું ટાપટીપ કરીને કીટીપાર્ટીઓમાં અને ક્લબોમાં જઈશ નહીં. મારી પોતાની ઓળખ ગુમાવવા માંગતી નથી, જો તારી હા હોય તો મને વાંધો નથી પણ એ સમયે એના માથા પર મને મેળવી લેવાનું ભૂત સવાર હતું એટલે મારી હામાં હા ભણી અને અમારી સગાઈ થઈ ગઈ.

"મારા સાસુ અત્યાધુનિક આજકાલની અભિનેત્રીઓને પણ આંટી મારે

એવી ટાપટીપમાં રાચનારા અને ફીગર કોન્સિયસ હતા. એ મારી સાથે સાવ તુચ્છતાથી વાત કરે. એ બ્યુટીશીયનને કેટલા પૈસા આપે છે, ડાયેટિશીયનને અનુસરવામાં કેટલો ખર્ચ થાય છે એના જ બણગા માર્યા કરતાં મને જરાય ગમતું નહીં. એક દિવસ તો કહે કે કાલે મારે ત્યાં કીટીપાર્ટી છે, હું કહું ત્યાં ફેશીયલ કરાવી અને હું સાડી અને દાગીના આપું તે પહેરીને આવજે નહીંતર મારી આબરૂ જશે. તું સસ્તા કપડા પહેરે છે. તારું બેકગ્રાઉન્ડ સામાન્ય છે. અમે બધા ક્લાસવાળા કહેવાઈએ. આ તો આદિત્ય તારા પર મોહી પડ્યો, બાકી એકલા રૂપને શું કરવાનું ? ક્લાસ જોઈએ ક્લાસ ! એમ કહીને એમણે મને એક કલાત્મક બેગ આપી, જેમાં મારે પહેરવાના કપડાં હતાં, મને જરાપણ ગમ્યું નહીં, મેં આદિત્યને વાત કરી તો એણે જવાબ આપ્યો કે મમ્મી તો બોસ છે. અમારા ઘરમાં બોસનું જ ચાલે છે. પહેરી લેજે ને. ડીઝાઈનર ડ્રેસ તો છે. મને સહેજ પણ ગમ્યું નહીં. મેં ઘરે જઈને મમ્મી આગળ કકળાટ કર્યો કે હું નહીં જાઉં. મારા ઘરના મને એમ સમજાવે કે શરૂઆતમાં એવું લાગશે પછી ધીમે ધીમે ટેવાઈ જવાશે. પછી એ જે કરવાનું કહે તે શાંતિથી પણ મક્કમ રીતે ના પાડી દેવાની. પછી તો બધાય ટેવાઈ જાય. એ ક્યાં રોજ રોજ તારી પાછળ પડવાના છે? મારું સહેજ પણ મન નહોતું પણ છતાંય એમણે કહ્યું એ રીતે તૈયાર થઈને ગઈ. મારા સાસુની સખીઓને જોઈને હું તો દંગ થઈ ગઈ. બધા એટલા તો બનીઠનીને આવ્યા હતા. ખુદ મારા સાસુ તો જાણે લગ્નમાં જવાના હોય એટલો ઠાઠ કરીને બેઠા હતા. મને વિલિયમ ઠાકરેની 'વેનિટી ફેર' નવલકથા યાદ આવી ગઈ. દંભ અને દેખાડાનો ત્યાં મેળો હતો. મારા સાસુએ મારી ઓળખાણ કરાવી તો એ લોકો મને હું જાણે કોઈ પ્રદર્શનમાં ગોઠવેલી વસ્તુ હોઉં એમ પૂછપરછ કરવા માંડ્યા. હું તો ગુંગળાઈ ગઈ. માંડ માંડ સાંજ પડી અને બધા ગયા. એ લોકોને હું કોણ છું ? કેટલું ભણેલી છું ? મને શું ગમે છે ? એમાં કોઈ રસ નહોતો. હું ક્યાં રહું છું ? મારા પપ્પાનો શું બિઝનેશ છે ? અમે કેટલા કરોડપતિઓને ઓળખીએ છીએ ? હું કઈ બ્રાન્ડના કપડાં પહેરું છું... એમાં જ રસ હતો.

"સાંજે આદિત્ય ઓફિસેથી આવ્યો એટલે મેં એને કહ્યું કે, હું થાકી ગઈ છું મારે ઘરે જવું છે. મારા સાસુ કહે કે તેં ક્યાં કંઈ કામ કર્યું છે ? આમ

થાકી જઈશ એ નહીં ચાલે. આદિત્યને તો હજી પાર્ટીમાં જવાનું છે. તારા ઘેર ફોન કરી દે. હું મોડી આવીશ. કમને હું પાર્ટીમાં ગઈ. ત્યાં પણ એવું જ હતું. દારુની મહેફીલ જામેલી હતી, ધીમું સંગીત વાગતું હતું, થોડા લોકો ડાન્સ કરી રહ્યા હતા. અમે પહોંચ્યા એટલે આદિત્ય બે પેગ લઈ આવ્યો. મેં કહ્યું કે, કોઈ દિવસ શરાબ ચાખી પણ નથી, મને ફોર્સ ના કરીશ. એટલે મને કહે કે, અત્યાર સુધી નહોતી પીતી પણ હવેથી પીવું પડશે. મને કંપની તો આપવી જ પડશે. હું તો ડઘાઈ ગઈ. મેં એની પાસેથી ગ્લાસ લઈને ટેબલ પર મુકી દીધો. એ તો એટલામાં જ ખુશ થઈ ગયો અને મિત્રોના ટોળા વચ્ચે જઈને ગપ્પા મારવા માંડ્યો. મેં વેઈટરો ફરતા હતા એમાંથી એકને બોલાવ્યો અને ખાલી ગ્લાસ લઈને ભરેલો ગ્લાસ મૂકી દીધો. થોડીવારમાં ટહેલતો ટહેલતો આદિત્ય આવ્યો અને ખાલી ગ્લાસ જોઈને કહે પતી ગયો ? હું બીજો લઈ આવું છું. મેં કીધું, ના... ના... એક દિવસમાં કેટલા પીવડાવી દઈશ ? ધીમે ધીમે શરૂ કરવા દે, મારે ઘેર જવું છે. પ્લીઝ તારે ના આવવું હોય તો તું એન્જોય કર, હું ઓટોમાં જતી રહું. એના હૈયે રામ વસ્યા. મને કહે ચાલ મૂકી જાઉં પણ બીજીવાર ઘર ઘર ના કરતી. મારી સાથે રહેવું પડશે અને મારી સાથે ડાન્સ પણ કરવો પડશે. મારા મિત્રો સાથે હળવું-મળવું પણ પડશે. હા, બધું જ કરીશ પણ ધીમે ધીમે કરીશ... અત્યારે મારે જવું છે. હું ઘરે આવી ત્યારે મોડી રાત થઈ ગઈ હતી. બીજે દિવસે સવારે મારા મમ્મી-પપ્પાને મેં કહી દીધું, મારે આદિત્ય સાથે લગ્ન નથી કરવું. ભલે ગમે તેટલા ઉચ્ચ વર્ગના ગણાતા હોય પણ જ્યાં મારા અસ્તિત્વનું કોઈ મહત્ત્વ જ ના હોય જ્યાં મારે પૂતળી બનીને જીવવાનું હોય ત્યાં મારે લગ્ન કરીને મેળવવાનું શું ? મમ્મી ચિંતામાં પડી ગઈ. આટલા મોટા ઉચ્ચ અને વગદાર કુટુંબમાં ના કેવી રીતે પાડવી. પણ પપ્પા મક્કમ થઈ ગયા. મારે દીકરીનું હિત જોવાનું છે. એ લોકોની મોટાઈ નથી જોવાની. મને ખબર છે સમાજમાં પણ આપણે જ નીચાજોણું થશે. મોટા ઘરના માણસોએ જ વિવાહ ફોક કરી નાખ્યા હશે, છોકરીમાં જ કહેવાપણું હશે વગેરે વગેરે. પણ સમાજની બીક મારે રાખીને મારી દીકરીને કૂવામાં નથી ધકેલી દેવાની. કેવી રીતે વાત કરવી ? શું કહેવું એવો ઊંડો વિચાર કરીને મારા પપ્પાએ આદિત્યના પપ્પાને ફોન કર્યો.

માફ કરજો વેવાઈ પણ અમારા તરફથી વિવાહ ફોક ગણજો.

આદિત્યના પપ્પા તો માની જ ના શક્યા. એક તો એમને ના સાંભળવાની ટેવ જ નહીં હોય અને બીજું એમને એવો ગર્વ હતો કે પોતે આટલા મોટા ગજાના હોવા છતાં એમનાથી ઉતરતી કક્ષાના કુટુંબની છોકરી લઈને એ લોકોએ અમને ન્યાલ કરી દીધા છે. પહેલા તો એમણે શાંતિથી કહ્યું કે, 'તમે ના કેવી રીતે પાડી શકો ? વિવાહ તો ધામધુમથી રંગેચંગે જાહેરમાં થયા છે. ટી.વી. અને અખબારોમાં પણ ન્યુઝ આવી ગયા છે.'

"મને બધી સમજણ પડે છે, પણ મારી દીકરી ના પાડે છે. મારે દીકરીની ના ઉપર આગળ વધવું નથી, તમે કરેલા વહેવારની એક-એક વસ્તુ તમને પાછી મોકલી આપીશુ."

"મેં કરેલો ખર્ચો તમે પાછો વાળી આપશો ? હવે એ ગરમ થઈ ગયા હતા."

"ખર્ચો તો હું ના આપી શકું. મેં તમને ખર્ચો કરવાનો કહ્યો નહોતો, ચિંતા તો અમારે દીકરીવાળાએ કરવાની હોય કે, હવે બીજે ઠેકાણું પડતા વાર લાગશે; તમે તો છોકરાવાળા છો. વળી સમાજમાં ઊંચો મોભો અને પહોંચેલા સંબંધો, તમારા આદિત્યને મારી સુહાની કરતા પણ સારી કન્યા મળી રહેશે."
એમનો ગુસ્સો સાતમાં આસમાને પહોંચી ગયો હતો, એમણે ફોન પછાડ્યો. "અમારા તરફથી સંબંધ પર પૂર્ણ વિરામ મૂકાયું એ વાતનો પડઘો મોટો પડ્યો. એ લોકોનો અહમ બરાબર ધવાયો હતો. એ લોકો અમારી વિરુદ્ધ જેમ તેમ બોલવાનું શરૂ કર્યું. આદિત્યના મારા પર ફોન ઉપર ફોન આવવા માંડ્યા પણ મેં એકપણ ફોન ઉપાડ્યો નહીં એટલે બરાબર ગુસ્સે થયો હતો. પછી મેસેજો કરવા માંડ્યો. તને જોઈ લઈશ. જોઉં છું તારું બીજે કેવું થાય છે ? હું ક્યાંય તારું નક્કી નહીં થવા દઉં, છેવટે તારે મારી પાસે જ આવવું પડશે વગેરે વગેરે. હું અંદરથી

ગભરાતી હતી. પણ મેં એના એકપણ મેસેજનો જવાબ આપ્યો નહીં. મમ્મી-પપ્પાએ પણ નક્કી કરેલું કે કોઈપણ આવીને આપણને કહે કે એ લોકો આપણા વિશે જેમ તેમ બોલે છે, એને પ્રતિભાવ આપવો નહીં, શાંત જ રહેવું. તમે નહીં માનો પણ હું તો ત્રણ મહિના તો ઘરની બહાર જ ના નીકળી. એ સમયે હોસ્પિટલમાં જતી હતી. મારો ભાઈ મૂકી જતો હતો અને લઈ જતો હતો. સ્ટાફને પણ સૂચના આપેલી હતી કે મારું ધ્યાન રાખે. જો કે બે મહિનામાં તો મેં હોસ્પિટલની જોબ છોડી દીધી હતી. એ લોકો પણ ધીમે ધીમે ઠંડા પડ્યા હતા અને છ મહિનામાં તો આદિત્યનું બીજે નક્કી થઈ ગયેલું. એ સમયમાં મારું ક્લીનક તૈયાર થતું હતું. મેં મમ્મી-પપ્પાને સાફ શબ્દોમાં કહી દીધેલું કે મને આ વાતમાંથી બહાર નીકળવા દો. હમણાં મારા લગ્નનો વિચાર પણ ના કરતા. પણ હવે હું સંપૂર્ણપણે એમાંથી બહાર આવી ગઈ છું અને જ્યારથી નેહાકાકીએ મમ્મીને વાત કરી છે ત્યારથી પાછી મમ્મી ઉત્સાહમાં આવી ગઈ છે અને આજે આપણે મળ્યા.

"એ લોકો ફક્ત ધમકી જ આપતા હતા. કશું ક્યારેય કર્યું નથી. ખરાબ સ્વપ્ન ગણીને હું તો ભૂલી ગઈ છું પણ કોઈકવાર સામનો થઈ જાય અને આદિત્ય ગમે તેમ બોલવા માંડે તો મારી સાથે જે પણ હોય એને આ વાતની ખબર હોવી જોઈએ એવું મને લાગે છે."

કોફી ઠંડી થઈ ગઈ હતી, રેસ્ટોરન્ટમાં બીજા બે ટેબલ ભરાઈ ચૂક્યા હતા. પણ બંન જણે ઠંડી થઈ ગયેલી કોફી પણ મજાથી પીધી. સેન્ડવીચ રહેવા દીધી. અમીષે બિલ આપ્યું અને બંને જણ બહાર નીકળ્યા. પાછો માસ્ક પહેરી લીધો. અમીષે સુહાનીને કહ્યુ, "એક-બે દિવસમાં ફોન કરીશ."

"જરાય ઉતાવળ નથી, શાંતિથી વિચાર કરીને ફોન કરજો. ના પાડશો તો પણ મન ખરાબ નહીં લાગે."

બંનેએ ગાડીઓ પાર્કિંગમાંથી લીધી. બંને એકબીજા "આવજો" કહીને છૂટા પડ્યાં.

ડૉ. અમીષ એના આત્મવિશ્વાસ અને નિખાલસતાથી પ્રભાવિત થઈ ગયા હતા. ઘેર આવ્યા ત્યારે તેમના મમ્મી સરલાબેન તેમની રાહ જોઈને જ બેઠા હતા. "મળી આવ્યો ? કેવી લાગી સુહાની ? તને ગમી ?"

"હા મમ્મી. એની એકવાર સગાઈ તૂટી ગઈ છે તને ખબર છે ?"

"હા, મને નેહાએ વાત કરી છે પણ મેં તારા પપ્પાને વાત નથી કરી, હજી તારી ઇચ્છ હું જાણું પછી એમને કહીશ."

"પ્લીઝ ! મમ્મી મને બે દિવસ આપ."

"બે નહીં ચાર દિવસ, બસ ?"

ડૉ. અમીષને રાત્રે સુહાનીના જ વિચારો આવ્યા કર્યા. એ ખરેખર સુંદર છે, ભણેલી છે, પેલા ધનાઢ્ય કુટુંબને ગમી ગઈ હશે એમાં જરાય નવાઈ જેવું નથી. પછીથી થયેલી હેરાનગતિ બે જુદા સ્તરના જીવનધોરણ, એમાંથી ઉત્પન્ન થયેલો સંઘર્ષ કોઈને પણ હલાવી મૂકે. સુહાનીની નિખાલસતા જ એમને સ્પર્શી ગઈ હતી. એણે પહેલી મુલાકાતમાં જ મને ના કીધું હોત તો પણ ચાલત. પણ મારો વિચાર કરીને મને જ બધું કહી દીધું. એણે વિચાર્યું કે મને આગળ વધવાની ખબર પડે. વગર પરિચયે એમનો વિચાર કર્યો એ વાત જ એમને સ્પર્શી ગઈ. કોઈના ભૂતકાળ સાથે આપણે શી લેવાદેવા ? ભૂતકાળ તો વીતી ગયો છે, હવે નવું જીવન, નવો સંગાથ, નવા સ્વપ્નો ! એમને વિચારતાં વિચારતાં ઊંઘ આવી ગઈ....

13

પ્રકરણ

આજે સવારે ડૉ. અમીષ ઉઠ્યા અને થોડીવારમાં જ હોસ્પિટલમાંથી ફોન આવ્યો, એક સિત્તેર વર્ષના બહેનને દાખલ કરવામાં આવ્યા હતા. એમને એટેક આવ્યો હતો અને અર્ધજાગૃત અવસ્થામાં હતા. બ્લડ પ્રેશર હાઈ બતાવતું હતું. હૃદયના ધબકારા અનિયમિત હતા. તે સમયે હાજર ડૉક્ટરોએ તાત્કાલીક સારવાર આપી દાખલ કરી દીધા હતા, પણ ડૉ. અમીષને રીપોર્ટ કરવાનું કહેવામાં આવ્યું હતું. ડૉ. અમીષ જલદીથી તૈયાર થઈને હોસ્પિટલમાં પહોંચી ગયા. તેમના વેઈટીંગરૂમમાં દરદીનો દીકરો અને તેની પત્ની રાહ જોઈ રહ્યા હતા. ડૉક્ટરે કેબીનમાં જઈને દરદીના રીપોર્ટ મંગાવ્યા અને જોઈ લીધું. દરદીનું નામ રાધિકાબહેન હતું, પહેલા એ દરદીને જોવા ગયા. કાર્ડિયોગ્રામમાં ચેન્જીસ આવતા હતા, એમને તપાસીને કેબીનમાં આવીને એમના દીકરાને બોલાવ્યો. એમનો દીકરો કુણાલ અને એની પત્ની શૈલી અંદર આવ્યા અને બે હાથ જોડી નમસ્તે કહીને ખુરશી પર બેઠા. બંનેના મોઢા પર ચિંતાની રેખાઓ ઉપસી આવેલી હતી. ડૉક્ટરે રાધિકાબેન વિશે થોડી પૂછપરછ કરી, એમને ડાયાબીટીઝ નહોતો પણ હાઈ બ્લડ પ્રેશર વરસોથી હતું. દસ વર્ષ પહેલા તેમના પપ્પાના મૃત્યુ પછી એકલા પડી ગયેલા. કોઈને કશું કહેવું નહીં અને મનમાં ને મનમાં બળ્યા કરવું એવો એમનો સ્વભાવ હતો.

"ઘરમાં કંઈક તો બન્યું હશે એટલે એમનું લોહીનું દબાણ વધી ગયું છે. અથવા તો એમની દવાઓ લેવાનું ભૂલી જતા હોય બે કારણો બની શકે."

"ના... ના... સાહેબ, મમ્મી દવાઓ લેવામાં એકદમ રેગ્યુલર છે, ક્યારેય પણ ભુલતી નથી. પણ હમણાંથી વધારે પડતી શાંત થઈ ગઈ છે. કશામાં રસ પણ લેતી નથી." કુણાલે જવાબ આપ્યો. શૈલી અકળાઈ ગઈ !

"આ કંઈ નવું નથી, એમનો સ્વભાવ જ કશામાં રસ લેવાનો નથી. એ ભલા અને એમનું વાંચન ભલું. અઠવાડિયામાં બે વાર હવેલીમાં સત્સંગે જાય છે. એમની સત્સંગની બહેનો સાથે એકદમ ખુશ હોય. ઘરે આવે એટલે પાછા એવાને એવા."

"તમને કેવી રીતે ખબર ?" ડૉક્ટરે પુછ્યું.

"ખબર તો પડી જ જાયને ! સત્સંગની કોઈ બહેનનો ફોન આવે એટલે હસીહસીને લાંબી વાતો કરતા હોય અને ઘરમાં તો એવાને એવા વેદિયા !"

કુણાલને શૈલીનું બોલવું જરાય ગમ્યું નહીં. "ના સાહેબ, સાવ એવું ય નથી. એનો સ્વભાવ જ શાંત છે, જરૂર સિવાય ક્યારેય બોલતી નથી અને કોઈને કશું કહેતી પણ નથી. જેમ ચાલતું હોય એમ ચાલવા દે. પણ કોરોના આવે આજકાલ કરતા પાંચ મહિના થયા. અમે તો જોબ કરીએ છીએ એટલે બહાર નીકળીએ છીએ, પણ મમ્મી તો ઘરની બહાર નીકળી જ નથી. બાળકોની સ્કૂલ ખૂલી નથી, ઓનલાઈન ભણવાનું ચાલે છે, બે જણની બે ટેબલેટ ક્યાંથી લાવું ? એકને અપાવ્યું છે અને એક મમ્મીનો ફોન વાપરે છે. એટલે દિવસના ટાઈમે તો એ કોઈની જોડે વાત પણ ના કરી શકે અને છોકરાઓ પણ તોફાની છે. શાળા પતે એટલે ફોન માંગતી હશે પણ આપતા નહીં હોય, એટલે સાવ વિખુટી

પડી ગયાની લાગણી એને અંદરને અંદર મુંઝવ્યા કરતી હશે. હમણાં થોડા દિવસ પહેલા જ એણે મને કહ્યું હતું કે, 'એ બહુ એકલી પડી ગઈ છે. નથી મંદિર જવાતું, નથી કોઈની સાથે વાત થતી અને વંચાતું પણ નથી. છોકરાઓ આખો દિવસ ઘરમાં હોય એટલે તોફાનો કર્યા કરે છે. કંઈને કંઈ વસ્તુઓ માંગ્યા કરે છે."

"છોકરાઓ હોય તો માંગ્યા તો કરે જ ને ! અને વળી એકલી શાળાનો સમય પૂરતો ફોન નથી વાપરવાનો હોતો, પછી ડાઉનલોડ કરેલી નોટ્સ પણ ઉતારવાની હોય છે." શૈલી અકળાઈને બોલી.

"શાંતિ રાખો, બધું જ બરાબર છે, પણ અત્યારે કોઈએ ક્યારેય અનુભવ્યો ના હોય એવો સમય ચાલે છે. એમાં આપણે વડીલોનું ધ્યાન રાખવું જોઈએ એ આપણી ફરજ છે. તમારા મમ્મી અંદરથી ખાલીપો અનુભવતા હશે અને ઘરના બંધિયાર વાતાવરણમાં બાળકોના ધોંઘાટથી એમનું મન થાકી ગયું હશે. સતત નિરર્થકતાની લાગણી માણસને હતાશાની ગર્તામાં ધકેલી દે છે. એમનું બી.પી. તો હાઈ છે પણ હૃદયના ધબકારા પણ અનિયમિત છે. એટલે એન્જિયોગ્રાફી કરવી પડશે. કદાચ હૃદયની એક-બે નળી બ્લોક હશે તો સ્ટેન્ટ પણ મુકવું પડશે."

ડૉક્ટર અમીષે કુણાલને તેની મમ્મીનો રીપોર્ટ આપ્યો. કુણાલ અને શૈલી ચિંતામાં પડી ગયા.

"કેટલો ખર્ચ થશે સાહેબ ?" કુણાલે પૂછ્યું.

"ખર્ચની ચિંતા ના કરશો. મમ્મીની ચિંતા કરો. મમ્મી એકલા પડી ગયા છે; સાંજે ઘરે આવો ત્યારે જમીને ફરજિયાત અડધો કલાક એમની સાથે બેસો, વાતો કરો, એમને પૂછો કે એમણે શું કર્યું ? બાળકોને થોડું શીખવાડો કે શાળા પતે એટલે થોડો સમય કાઢીને બાને પૂછે કે 'તમારે કોઈને ફોન કરવો છે ?' એમના માટે બિસ્કિટો કે ફળો એવું કાંઈપણ ઘરમાં એવી રીતે રાખો કે એ લોકો જાતે લઈ શકે. બાને ઉભા ના કરે,

એ કદાચ થાકી પણ જતા હોય. હોસ્પિટલમાં અત્યારે દાનનો પ્રવાહ મોટા પ્રમાણમાં વહે છે. અને મધ્યમ વર્ગીય દરદીઓની સારવારમાં વપરાય છે. તમારે ખર્ચ વધારે નહીં થાય પણ એમનું ધ્યાન રાખજો." ડૉક્ટરે વાત પૂરી કરી. કુણાલ અને શૈલી થોડી રાહત અનુભવી રહ્યા.

રાધિકાબેનની એન્જિઓગ્રાફી થઈ ગઈ, એમને બે નળી બ્લોક હતી. એમાં સ્ટેન્ટ મુકવામાં આવ્યા. બે દિવસ આઈ.સી.યુ.માં રાખી, એક દિવસ રૂમમાં રહેવું પડ્યું અને પછી ઘેર જવાની રજા આપવામાં આવી. રાધિકાબેનને ડૉક્ટર અમીષ ઘેર જતી વખતે સ્વામીજી પાસે લઈ ગયા. ધાર્મિકવૃત્તિ ધરાવતા રાધિકાબેનનું મન સ્વામીજી સાથે થોડીવાર વાત કરવાથી હળવું થયું. કુણાલ અને શૈલી પણ ખુશ હતા. વાંક જોવા જોઈએ તો કોઈનો ય નહોતો. પણ અત્યારે ચાલી રહેલા મહામારીનાં વર્ચસ્વમાં બહુ થોડા લોકો સમજીને રસ્તો કાઢી શકે છે. સંજોગોના માર્યા કેટલાય પેશન્ટો આવતા. વધારે તો નીચે તાત્કાલિક સારવાર વોર્ડમાં (ટ્રોમાવોર્ડ) ધસારો વધારે રહેતો. ઘરમાં અને ઘરમાં એકબીજાનું મોઢું જોઈને કંટાળેલા પતિ-પત્ની ઘણીવાર મારામારી કરી બેસતા. ઘરેલું હિંસાનું પ્રમાણ વધ્યું હતું. પણ જીવન તો વહેતું જતું હતું, સૂરજ તો એ જ પ્રકાશપૂંજ ધરાવતો હતો પણ પૃથ્વી પર છવાઈ ગયેલું કોરોનાનું ધુમ્મસ હટવાનું નામ નહોતું લેતું.

બે-ત્રણ દિવસ કામની વ્યસ્તતામાં ક્યાંય પસાર થઈ ગયા. રાત્રે બધાં ડાઈનીંગ ટેબલ પર જમતા હતા ત્યારે સરલાબેને ડૉ. અમીષને પૂછ્યું, "અમીષ પછી તે શું વિચાર્યું ? સુહાનીને ત્યાં હા કે ના નો જવાબ તો આપવો પડશે ને ?"

"હા મમ્મી, મારી હા છે. હું સવારે સુહાનીને ફોન કરીશ પછી તમે એના ઘેર વાત કરજો. એ પહેલા મારે નિખિલ સાથે વાત કરવી છે." અમીષે મમ્મીને કહ્યું.

મમ્મીએ તરત જ પ્રતિપ્રશ્ન કર્યો, "સવારે શું મૂરત જોવાનું છે ? તારી હા હોય તો અત્યારે જ વાત કરી લે ને !"

"ના, નિખિલ સાથે વાત કર્યા પછી."

"મારી સાથે ?" નિખિલ ચમક્યો.

"હા તારી સાથે. જમીને આપણે સાથે ગાડીમાં આંટો મારવા જઈએ છીએ આવીશ ને ?" અમીષે પૂછ્યું.

"હાસ્તો વળી મોટાભાઈનો ઓર્ડર થાય તો ના કેમ પડાય ?"

જમીને બંને ભાઈઓ નીચે ઉતર્યા, ગાડીમાં બેઠા અને ડૉ. અમીષે ગાડી સ્ટાર્ટ કરી. "ક્યાં આંટો મારીશું ?" ક્ષણનો વિચાર કરીને એમણે જ કહ્યું "ચાલ રીવરફ્રન્ટ પર આંટો મારીએ." એમણે નવરંગપુરા સસ્વસ્તિક સોસાયટીમાંથી કાઢીને આશ્રમ રોડ પર આવી ટાઈમ્સ ઓફ ઈન્ડિયાની ગલીમાંથી નીચે ઉતરીને રીવરફ્રન્ટ પર ગાડી લીધી. ગાડી રીવરફ્રન્ટના રસ્તે દોડવા માંડી. ડૉ. અમીષે નિખિલને પૂછ્યું, "તારે મેઘા સાથે વાત થાય છે ?"

નિખિલ ચમક્યો, "ભાઈ, તમે તો તમારી વાત કરવા મને લઈ આવ્યા છો. એમાં મેઘા ક્યાં આવી ?"

"નિખિલ, પ્લીઝ હું પૂછું એનો ઉત્તર આપ, તારે મેઘા સાથે વાત થાય છે ?"

"ના નથી થતી. એને હોસ્પિટલમાંથી રજા મળી ત્યાં સુધી મારે વાત થઈ હતી, એ ઘેર ગઈ પછી વાત થઈ નથી."

"કેમ ?"

"મને શી ખબર? મને જ કશી સમજણ પડતી નથી. અચાનક શું થયું?"

"મારે તને એ જ વાત કરવી છે. એને રજા મળી પછી એ મને મળવા આવી હતી."

"તમને મળવા આવી હતી ? પણ શું કામ ?"

"એને કોઈની ભલામણ કરવી હતી. પણ હું મારો આવેશ કાબૂમાં ના રાખી શક્યો, અને..." ડૉ. અમીષે અતથી ઇતિ સુધી જે વાત થયેલી તે બધી જ કહી દીધી. થોડીવાર માટે તો જાણે સોંપો પડી ગયો. પાછી વાત ડૉક્ટરે જ શરૂ કરી. "મને બોલી નાખ્યા પછી ખૂબ પસ્તાવો થવા માંડ્યો, મેં પાડાના વાંકે પખાલીને ડામ દઈ દીધો. પણ પછી દરરોજ એ ક્યારે પોતાની ફરજ પર પાછી ફરશે એની રાહ જોવા માંડી. મારે એને સોરી કહેવું હતું, પણ એ તો આવી જ નહીં. મેં વચ્ચે તપાસ કરાવી હતી ત્યારે સમાચાર મળેલા કે એ વડોદરા છે. એ વડોદરા ક્યાં સુધી રહેવાની છે ? હમણાથી તને જોઉં છું ત્યારે મને લાગ્યું કે તારે પણ વાત થતી લાગતી નથી. હું માનું છું કે એના પર ગુસ્સે થઈ ગયો હતો. પણ મેં એને એવું તો કશું નહોતું કહ્યું કે એને ક્યાંક જતા રહેવું પડે અથવા તો એ તારી સાથે પણ વાત ના કરે."

નિખિલ તો બાઘો જ બની ગયો. હવે એને એક એક ગડ ઉકેલાવા માંડી. એ શા માટે એનાથી દૂર ભાગતી હતી ? એણે રિયાને તો બધું જણાવી દીધું હશે પણ એણે મને કહેવાની ના પાડી હશે. એણે મેઘાની પરિસ્થિતિ સમજવાનો પ્રયત્ન કર્યો એની દ્વિધા એને સ્પર્શી ગઈ. પોતાની જાત પર ગુસ્સો આવી ગયો કે પોતે પણ કેવું વિચિત્ર વર્તન કરતો હતો. અચાનક એને વિચાર આવ્યો કે રિયા તો મેઘાને કહી નહીં દે ને પ્રિયંકા વાળી વાત ? એને સુનમુન જોઈને અમીષે ગાડી ચલાવતા ચલાવતા પણ નિખિલના હાથ પર હાથ મુક્યો. "શું વિચારમાં પડી ગયો નિખિલ ? આ વાત મારા મનમમનાંથી પણ જતી નહોતી. બીજી બાજુ મમ્મી સુહાનીને મળવાનો આગ્રહ કરતી હતી. મેં સુહાનીને મળવાનો નિર્ણય કર્યો. મને ખરેખર એ ગમી છે. હું કોઈ બલિદાન નથી કરતો. એટલે જ સુહાની સાથે વાત કર્યા પહેલા મેં તને વાત કરવાનું

ઉચિત માન્યું, પ્લીઝ, એની સાથે વાત કરી લેજે. એ ફક્ત અને ફક્ત તારી જ છે. એને કહેજે જલદી અમદાવાદ આવી જાય અને એની ફરજ પર હાજર થઈ જાય."

નિખિલે જોરથી અમીષનો હાથ પકડી લીધો એની આંખમાંથી આંસુના બે બુંદ ટપકી પડ્યા.

એ લોકો ઘેર પહોંચ્યા ત્યારે રાત્રે સાડા દસ થયા હતા, રાત્રે સાડા દસ વાગ્યે કોઈને ફોન કરાય ? મેધા એના નાની સાથે સૂઈ જતી હોય તો ? પણ એ વાત કરવા માટે અધીરો થઈ ગયો. હવે વાત તો કરવી જ હતી. એણે પહેલા રિયાને ફોન કર્યો. રિયા ગુસ્સામાં હતી. "મને સફાઈઓ આપવા ફોન કર્યો હોય તો મૂકી દેજે."

નિખિલનો અવાજ નરમ હતો. "ના, રિયા મેં કોઈ સફાઈ આપવા ફોન કર્યો નથી, પ્રિયંકા મારી ઓફિસમાં જ કામ કરે છે એણે મને એની સાથે આવવા માટે એટલો આગ્રહ કર્યો કે હું ના ન પાડી શક્યો, તું તો જાણતી જ હશે કે મેધા કેમ વડોદરા જતી રહી છે ? પણ મને હમણાં જ મારા ભાઈ ડૉ. અમીષે વાત કરી, પ્લીઝ રિયા, મારે એની સાથે હમણાં જ વાત કરવી છે, એ એના નાની સાથે સુઈ જાય છે કે એકલી ? મારે તને ફક્ત એટલું જ પૂછવું છે."

રિયા ઢીલી પડી. "તારા વગર કેટલી હિજરાય છે તને ખબર નહીં પડે, એનો રૂમ જુદો છે અત્યારે જ વાત કરી લે."

નિખિલે મેધાને ફોન જોડ્યો, નિખિલનું નામ વાંચીને મેધા વિચારમાં પડી. "આટલો મોડો ફોન કેમ કર્યો હશે ?" એનો ફોન કાપવાની હિંમત એણે કરી નહીં. એના વગર કેટલું ઝૂરતી હતી એ તો એનું મન જ જાણતું હતું, એણે ફોન ઉપાડ્યો, પણ એ બોલી ના શકી. સામેથી બે વાર નિખિલ "મેધા... મેધા..." કર્યું પણ પ્રત્યુત્તર ના મળતા એણે નરમાશથી પૂછ્યું, "મારી સાથે વાત નહીં કરે મેધા ?" જવાબમાં સામેથી ડૂસકું સંભળાયું, નિખિલ પણ રડવાનું ખાળી શક્યો નહીં, બંને છેડે ક્યાંય સુધી

ડૂસકા સંભળાતા રહ્યા, ધીમે ધીમે વાત શરૂ થઈ. બે હૈયા નીતરતા રહ્યા અને અડધી રાત સુધી બે પ્રેમી પારેવડાઓની ઘુટર ઘુ ચાલુ રહી. બહાર વરસાદ પણ મન મૂકીને વહાલ વરસાવતો રહ્યો.

બીજે દિવસે સવારમાં જ નયનાબેનનો ફોન આવી ગયો. "બે દિવસ પછી રવિવાર છે એટલે રવિવારે વહેલા આવશે. નાનાને પણ મળવાનું હતું એટલે સાંજે જમીને નીકળશે." મેઘાએ મમ્મીને "ઓ.કે." કહી દીધું અને સોમવારથી હોસ્પિટલ જવા માંડશે એમ પણ કહી દીધું એને અહીં આવે ખાસ્સા દિવસ થઈ ગયા હતા. હવે તો આવતો મહિનો તહેવારોનો હતો. તહેવારો કેવા ઉજવાશે એ તો જેવો સમય હશે એમ ઉજવાશે. એને સુજાતાબેન પાસે આજે વહેલા જવાનું મન થઈ ગયું. આમ પણ સુજાતાબેન પાસેથી હજુ ઘણું જાણવાનું બાકી હતું.

14

પ્રકરણ

સુજાતાબેને નક્કી કર્યું હતું, મેઘા જાય તે પહેલા એને લોંગ ડ્રાઈવ પર લઈ જવી. છાણી રોડ પરથી મકાઈ સગડી પર સેકાવીને લાવવી. કોઈ ખેતર પાસે ઊભી રહેવાય તો ઠીક નહીંતર ઘેર આવીને માઈક્રોવેવમાં થોડી ગરમ કરીને ખાવી. આજે બંને જણ નીકળી પડેલા. રસ્તા પર ટ્રાફિક નહીંવત્... આમ પણ અમદાવાદના પ્રમાણમાં વડોદરામાં વસ્તી ઘણી ઓછી છે, મેઘા તો અમદાવાદની ભીડ અને ટ્રાફિકથી ટેવાયેલી હતી, મેઘા એટલી ખુશ હતી કે એણે સુજાતાબેનને કહ્યું, "હું તમારી સાથે ડેટ પર આવી હોઉં એટલી ખુશી થાય છે. મને તમે એટલા બધા ગમી ગયા છો."

સુજાતાબેન હસી પડ્યા, "અમદાવાદ જઈને મને ભૂલી ના જતી, ફોન કરીશ ને ?"

"ચોક્કસ કરીશ, આમ તો વડોદરા આવવાનું ઓછું થઈ ગયું હતું પણ તમને મળવા ચોક્કસ આવીશ. તમે મને તમારી પહેલાની જિંદગી વિશે કહો ને, મને સાંભળવાનું બહુ મન છે."

સુજાતાબેને કહેવા માંડ્યું, તેઓ શ્રીમંત પરિવારમાં એક માત્ર સંતાન હતા. એમનું સંયુક્ત કુટુંબ હતું, હીરાનો બીઝનેસ હતો. દાદા-દાદી,

મમ્મી-પપ્પા અને કાકા-કાકી. એમના જન્મ પછી મમ્મીને બીજીવાર દિવસ રહ્યા નહીં અને કાકીને સારા દિવસ ચઢ્યા નહીં. કાકા-કાકી નિઃસંતાન હતા. પપ્પા કાકા-કાકીને બહુ કહેતા એક બાળક દત્તક લેવાનું પણ એ લોકો માન્યા જ નહોતા. સુજાતા અમારી પણ દીકરી જ છે ને ! એમ જ કહેતા. કદાચ એમની ના પાડવામાં ઈશ્વરીય સંકેત હશે, એમ લાગતું હતું. પોતે જ્યારે દસ વર્ષની બાલિકા હતી ત્યારે એક વિમાન અકસ્માતમાં બંને જણ મૃત્યુ પામ્યા હતા. પાણી માંગે ત્યાં દૂધ હાજર થાય એવા વાતાવરણમાં મોટી થઈ. એકલી જ આયા સાથે બહાર જતી, એનો ઓર્ડર જ ચાલે. કોઈનું સાંભળવાનું, વાત માનવાની, કોઈની સાથે વહેંચવાનું એવા શબ્દો એના શબ્દકોશમાં જ નહોતા. શહેરની શ્રેષ્ઠ શાળામાં શિક્ષણ લીધું. ભણવામાં પહેલો નંબર, વકૃત્વ સ્પર્ધામાં પહેલો નંબર, ગરબા સ્પર્ધા હોય તો ય પહેલો નંબર, એ હંમેશા વિજેતા રહી હતી. એની આગળ કોઈ હોઈ શકે એવી સમજણ એનામાં વિકસેલી જ નહીં. એમની આજુબાજુ એના મિત્રો કરતા એના હજુરિયાઓ વધારે કહેવાય એવા પારકા પૈસે જલસા કરવાવાળાઓની કમી નહોતી. કોઈની ના સાંભળવા માટે ટેવાયેલી જ નહીં. શાળાનું શ્રેષ્ઠ શિક્ષણ પ્રાપ્ત કરી ઝેવિર્યસ કોલેજમાં એડમિશન લીધું. એનો આનંદ, એની ખુશી જ એના કેન્દ્રમાં રહેતા. પછી સામે જે હોય તે, કોઈ ફરક પડતો નહોતો.

કોલેજમાં મુક્ત વાતાવરણ અને વિદ્યાર્થીઓની ફેશન પરેડ જોઈને ભલભલા શાળાના શાંત વિદ્યાર્થીઓ ફૂલ ફટાકિયાં થઈ જતાં. ફૂટતી યુવાની અને વાતાવરણની મોકળાશ યુવાનોના હૈયામાં મેઘધનુષના રંગો ભરી દેતી. વાંસતી વાયરો હિલોળા લેતો, આ વાતાવરણમાં પણ એનો દબદબો યથાવત્ હતો. એનો દેખાવ, એના કપડા, એની તેજસ્વીતાથી બધા અંજાઈ જતા. આમ પણ પોતે રમતિયાળ અને હસમુખ સ્વભાવની હતી. જોત જોતામાં એનું મિત્રવર્તુળ મોટું થઈ ગયું. કેટલાય યુવાનો એનો સાથ ઝંખતા પણ એને કોઈનામાં રસ નહોતો.

એના ક્લાસમાં એક વિદ્યાર્થી હતો નિલેશ જોષી. નિલેશ ખૂબ જ શાંત અને સરળ હતો. એકદમ સાદા વસ્ત્રો પહેરતો. કોલેજનું રંગીન વાતાવરણ એને સ્પર્શ્યું નહોતું. ભણવામાં એ હોંશિયાર હતો, એના

ચહેરા પર હંમેશાં સ્મિત રહેતું, અલિપ્તતા એનો મોટામાં મોટો ગુણ હતો. એક ટર્મ પતી એટલે કૉલેજમાં સાંસ્કૃતિક કાર્યક્રમો યોજાયા. સૌથી પહેલી વક્તૃત્વસ્પર્ધા હતી. વિષય હતો મારું પ્રિય પુસ્તક. ઘણા વિદ્યાર્થી ભાગ લેવાના હતા, સુજાતાએ પસંદ કરી હતી રઘુવીર ચૌધરીની 'અમૃતા' નવલકથા અને નિલેશે પસંદ કરી હતી ર. વ. દેસાઈની 'ભારેલો અગ્નિ'.

કૉલેજમાં વાતાવરણ ગરમા ગરમ હતું, બધાં વક્તૃત્વ સ્પર્ધાની તૈયારીઓ કરી રહ્યા હતા, જોર શોરથી હવા હતી સુજાતા જ જીતશે. આખરે એ દિવસ આવી પહોંચ્યો. બધાએ ઉમળકાભેર ભાગ લીધો, કોઈક ઝવેરચંદ મેઘાણી, તો વળી કોઈ મહાત્મા ગાંધી, પન્નાલાલ પટેલ, ઈશ્વર પેટલીકર, મનુભાઈ પંચોળી અવનવા લેખકોના પુસ્તકો પર પ્રકાશ પાથર્યો. સુજાતાનું અમૃતા નવલકથા પર વક્તવ્ય અદ્ભુત રહ્યું : એણે નારી સ્વાતંત્ર્યતા પર ભાર મૂક્યો. અમૃતાના જીવનમાં બે પુરુષો વચ્ચેની પસંદગીનો સંઘર્ષ, એના મનનું દ્વંદ, સ્ત્રીના ભાગ્યનો નિર્ણય કરવા બેઠેલા મનુ ભગવાનને સ્ત્રીને પુજવાની વાત કરી. પણ સ્ત્રીનું સ્વાતંત્ર્યતો બાજુ પર જ રાખ્યું. સ્ત્રીને સ્વતંત્રતા જોઈ એ છે, સંસારે પહેરાવેલી બેડીઓમાંથી મુક્તિ... પ્રેક્ષકોએ તાળીઓના ગડગડાટથી વધાલી લીધી.

છેલ્લે નિલેશ ઊભો થયો એનો પહાડી અવાજ અને દ્રઢતા સાથે મુખમાંથી નીકળતા શબ્દો બધા મંત્રમુગ્ધ થઈને સાંભળી રહ્યા. ર. વ. દેસાઈની નવલકથા ભારેલો અગ્નિનું અમર પાત્ર રુદ્રદત્ત જે ગાંધીજીનું મૂર્ત સ્વરૂપ છે, તે વિશે અદ્ભુત છણાવટ કરી, અહિંસાનો માર્ગ જ કલ્યાણકારી છે એ સમજાવતું એનું વિવેચન અદ્ભુત રહ્યું. છેલ્લે નિલેશ જોષીને વિજેતા જાહેર કરવામાં આવ્યો.

આ એની પ્રથમ હાર હતી. એ તો માની જ ના શકી કે પોતે ભાગ લીધો હોવા છતાં કોઈ બીજુ નામ વિજેતા તરીકે ઘોષિત થતું હતું, એ નિલેશને અભિનંદન આપ્યા વગર ચાલી ગઈ.

આજે ઘેર ગઈ તો મમ્મી તો હતી જ નહીં, હંમેશાં તો એ અવ્વલ રહેતી એટલે ખુશ રહેતી અને એને જોઈને મા-બાપ પણ ખુશ થતા. પણ દીકરીને કોઈ જાતની કેળવણી આપી શકેલા નહીં. દાદા-દાદી તો એ કૉલેજમાં આવી ત્યારે દુનિયામાથી વિદાય લઈ લીધી હતી. એ નાની હતી અને ઈનામ લઈને આવતી ત્યારે દાદીના ખોળામાં બેસી જતી અને દાદીને ગળે વળગી પડતી. દાદી ઈનામ તો મને જ મળવું જોઈએ ? દાદી ખુશ થતા પણ સમજાવતા, બેટા, કોઈકવાર બીજાને પણ મળી શકે. એવું સ્વીકારતા શીખવું જોઈએ. એ આશ્ચર્યચકિત થઈ જતી. પોતે હોય તો બીજાને કેવી રીતે મળી શકે ? દાદી વહાલથી કહેતા મોટી થઈશ ને એટલે સમજી જઈશ. આજે એને દાદી યાદ આવતા હતા. દાદીની વાત આજે સાચી પડી હતી. પણ દાદી તો હતા નહીં એનો અહમ ઘવાયો હતો. એ પોતાના મિત્રો સાથે પહેલાની જેમ કેવી રીતે વાત કરશે ? એ બે દિવસ તો કૉલેજ ગઈ જ નહીં. મમ્મી પણ ચિંતામાં પડી ગઈ. પહેલીવાર વિજેતા ના બની તો શું કૉલેજ છોડી દઈશ ? પણ એનું મન માનતું નહોતું. ત્રીજે દિવસે એના મોબાઈલ ફોન પર એક ફોન આવ્યો, સેવ કરેલો નહોતો એટલે નંબર આવતો હતો. એને નવાઈ લાગી. એણે ફોન ઉપાડ્યો.

"હું, નિલેશ વાત કરું છું." સામેથી અવાજ આવ્યો.

"નિલેશ ?" સુજાતા નવાઈ પામી ગઈ.

"બોલ શું હતું ?" એણે પૂછ્યું.

"બે દિવસથી કૉલેજ કેમ નથી આવી ?"

મનમાં તો એ ધુંધવાઈ ગઈ કે તારી શી પંચાત ? પણ ઠાવકા અવાજે કહ્યું : "મને તાવ છે એટલે."

"ખરેખર ?"

"હા."

"આવતી કાલે સારું લાગે તો જરૂર આવજે, તારા મિત્રો તારા વગર સુનાં પડી ગયા છે. મારે પણ તારી સાથે વાત કરવી છે, મેં તારો નંબર સુનયના પાસેથી લીધો છે."

"ઓ.કે." કહીને એણે ફોન કટ કર્યો.

નિલેશના ફોનથી એને નવાઈ લાગી. કોઈએ એની ગેરહાજરી નોંધી હોય અને સામેથી ફોન કર્યો હોય એવો આ પહેલો પ્રસંગ હતો. જો કે શાળામાં બધા નાના હતા, કોઈને બિચારાને કંઈ કહેવું કે પૂછવું હોય તો પણ એનો રોફ એવો હતો કે કોઈ પૂછવાની હિંમત કરતું નહીં. કોલેજમાં તો પહેલું જ વર્ષ હતું અને કોઈ હજુ એટલા નજીક આવ્યા નહોતા. ગ્રુપમાં રહેતા અને ગ્રુપમાં મજા કરતા. કોલેજ પતે એટલે છૂટા પડી જતા. નિલેશ તો ગ્રુપમાં પણ નહોતો. એને કોઈ સાથે ભળવું ગમતું નહીં. હા, વાત બધા સાથે કરતો. અલગારી જીવ હતો. સુજાતાએ તો કોઈ દિવસ એની નોંધ સરખી પણ લીધેલી નહીં, આજે એને ફોન આવ્યો તો એને સારું લાગ્યું. એના મનને ગમ્યું. કાલે એણે કોલેજ જવાનું નક્કી કર્યું. બીજે દિવસે એ કોલેજ જવા તૈયાર થઈ, મમ્મીને પણ સારુ લાગ્યું. કોલેજમાં જેવી દાખલ થઈ ત્યાં નિલેશ એની રાહ જ જોતો હતો,

"હાય સુજાતા, ગુડ મોર્નિંગ, હું તારી રાહ જોતો હતો."
"તને શી ખબર કે હું આજે આવીશ જ ?"
"મને શ્રદ્ધા હતી કે આજે તું આવીશ."
એ હસી પડી, "શું વાત કરવી હતી તારે મારી સાથે ?"

"તે દિવસે તું વિજેતાનું નામ ઘોષિત થયું એવી જ ચાલી ગયેલી એટલે મને ખ્યાલ આવી ગયો કે તું અપસેટ તઈ ગઈ છે. હું તરત બહાર આવ્યો પણ તું નીકળી ગઈ હતી અને પાછી બે દિવસથી આવતી

નહોતી. મારું મન કહે છે કે મેં ફોન ના કર્યો હોત તો તું આજે પણ આવી ના હોત."

"બીજું કંઈ કહેવાનું છે ?"

"હા, મુખ્ય વાત, સુજાતા હું અલિપ્ત રહું છું કારણ કે શૈક્ષણિક ક્ષેત્રની ઝાકમઝોળ મને ગમતી નથી. હું સાદગી પસંદ કરું છું. પણ લોકો માને છે એવો અલગારી પણ નથી. મારું ધ્યાન તો બધે જ હોય છે. તને ચાલી ગયેલી જોઈને મને લાગ્યું કે મને પારિતોષિક મળ્યું એ તને ગમ્યું નથી. કારણ કે તને પહેલા ઘણીવાર મળ્યું હશે અને આજે તારું પદ મેં છીનવી લીધું, એવી લાગણીથી તું જતી રહી."

"મારું વક્તવ્ય બહુ સારું જ હતું...."

"સાચીવાત છે, બહુ જ સરસ હતું, તું બહુ જ હોંશિયાર અને સુંદર છે. સુજાતા પણ કોઈક બીજુ કોઈપણ આપણાથી આગળ નીકળી જઈ શકે એટલું સ્વીકારવાની હિંમત તો રાખવી જ પડે. હાથમાંથી છટકી ગયેલી તક ક્યારેય છેલ્લી નથી હોતી, તારી જાત પર વિશ્વાસ રાખતા શીખ. તારા ફ્રેન્ડસ રાહ તારી જુએ છે."

સુજાતા થોડી વિચારમાં તો પડી પણ સામે ઊભેલા ગ્રુપમાંથી બૂમ પડી, "સુજાતા ક્યાં છું બે દિવસથી ? તને મીસ કરતા હતા."

સુજાતા એના મૂળ સ્વભાવ પર આવી ગઈ અને એના ગ્રુપમાં ભળી ગઈ. નવો દિવસ નવી વાત. કોઈએ જૂની વાત યાદ પણ કરી નહીં. સુજાતા પછી કોલેજમાં રેગ્યુલર આવતી અને મજા કરતી યુવતી થઈ ગઈ. કોઈકવાર નિલેશ સાથે પણ બેસતી એની વાતો સાંભળવી એને બહુ ગમતી. પણ એક કાનેથી સાંભળી બીજા કાનેથી કાઢી નાખતી, મનમાં ઉતારતી નહીં.

15

પ્રકરણ

આમને આમ કોલેજનું છેલ્લું વર્ષ પણ આવી ગયું. નિલેશ સાથે મારે સારી મિત્રતા થઈ ગઈ હતી. નિલેશ બધા જ સાથે સારી રીતે જ વાત કરતો. કોઈને ભણવામાં કોઈ મુશ્કેલી નડતી હોય તો મદદ કરતો, આખા ક્લાસનો તેમજ પ્રોફેસરોનો પ્રિય વિદ્યાર્થી હતો. છેલ્લા વર્ષની બીજી ટર્મ આવી ત્યારે બધાએ પીકનીક જવાનું નક્કી કર્યું. નિલેશે આવવાની ના પાડી, બધાએ આગ્રહ કર્યો ખાસ તો મેં આગ્રહ કર્યો હતો . બધા સવારથી સાંજ એલિફન્ટાની ગુફાઓની મુલાકાત લેવાનું નક્કી કર્યું. એ સમયે કોલેજિયનો ત્યાં ખૂબ જતા. ખૂબ રમણીય સ્થળ હતું. હાથીના આકારની ગુફામાં સદીઓ જૂના મંદિર અને મૂર્તિઓ કોતરેલા પત્થરોમાં છે. લગભગ ભગ્ન અવસ્થામાં છે. હિંદુ દેવતાઓ અને બુદ્ધની મૂર્તિઓ જેનો ઉલ્લેખ પુરાણોમાં પણ છે તે અહીં આવેલા છે. પોર્ટુગિઝોના આવ્યા પહેલાં તો આ દેવો પૂજાતા હતા પણ પોર્ટુગીઝોએ પોતાનું વર્ચસ્વ જમાવીને મંદિરો ખંડિત કરી નાખ્યા છે; ત્યારથી સહેલાણીઓનું પ્રિય પીકનીક સ્થળ બની ગયું છે. બધાએ સવારે પાલવાબંદર પર ભેગા થવાનું નક્કી કર્યું. ત્યાંથી બોટમાં જવાય છે. સવારે નિયત સમયે બધા ભેગા થઈ ગયા. નિલેશ પણ આવ્યો હતો. હું ખુશ થઈ ગઈ હતી. બધાએ આખો દિવસ ખૂબ મજા કરી, ધમાલ-મસ્તી અને ગીતો ગાવામાં દિવસ ક્યાં પસાર થઈ ગયો એની ખબર પડી નહીં, સાંજ પડી એટલે બધા પાછા વળ્યા.

સૂરજ આથમી ગયો હતો, લાઈટો થઈ ગઈ હતી, બધા બોટમાં બેસવા જેટી પર આવ્યા, ભરતીનો સમય હતો, દરિયાના મોજા ઉછળતા હતા. અંધારામાં એક બીજાનો હાથ પકડીને બોટમાં બેસતા હતા ત્યારે અચાનક મારો પગ લપસ્યો, હું પછડાઈ અને સુનયનાનો હાથ છૂટી ગયો. ભીની રેતીમાંથી ઊભી થવા જાય એટલી વારમાં મોજું આવ્યું અને હું ખેંચાઈ ગઈ. મેં ગભરાઈને બુમ મારી, "બચાવો, બચાવો મને તરતા નથી આવડતું." કાચી ક્ષણનો પણ વિલંબ કર્યા વગર નિલેશ કૂદી પડ્યો અને મને ખેંચી લીધી. બધાના જીવ અધ્ધર થઈ ગયા. હું ખરેખર ગભરાઈ ગઈ હતી. મેં મારી પીકનીક બેગમાંથી મોટો નેપકિન કાઢ્યો અને મોઢું અને હાથ-પગ લૂછવા માંડી. બધાએ નિલેશનો આભાર માન્યો. પાલવા બંદરે પહોંચ્યા ત્યારે મારી ગાડી તૈયાર જ ઊભી હતી. હું બધાને બાય કહીને ઝડપથી ગાડીમાં બેસી ગઈ. બધાએ પણ ટેઈક કેર કહીને આવજો કહી દીધું; બધા એકબીજાને આવજો કહીને છૂટા પડ્યા.

હું ઘેર પહોંચી ત્યારે મમ્મી મારી હાલત જોઈને ગભરાઈ ગઈ, "શું થયું ?" એના પૂછવાની સાથે જ હું મમ્મીને વળગી પડી. "આજે તો દરિયામાં ડૂબી જ ગઈ હોત પણ નિલેશે બચાવી લીધી, મમ્મી હું સખત ગભરાઈ ગઈ છું, મોતને મેં મારી સામે હાથ ફેલાવીને ઊભેલું જોયું છે."

મમ્મીએ મારાજને ગરમ ઉકાળો બનાવવાનો ઓર્ડર આપ્યો અને કહ્યું, "ચાલ હું તારા રૂમમાં આવું છું, તું પહેલા કપડાં બદલી લે." મેં ઝડપથી કપડાં બદલી લીધાં, ત્યાં સુધીમાં ઉકાળો આવી ગયો. એણે આજે એકપણ દલીલ વગર ઉકાળો પી લીધો, મમ્મી આજે મારી સાથે જ સુઈ ગઈ.

બીજે દિવસે આમ પણ કોઈ કૉલેજ જવાનું નહોતું, બીજે દિવસે મને નિલેશ યાદ આવ્યો, મારું મન અજ્ઞાતપણે એના તરફ ઢળતુ જતું હતું. એ ભલે સાદો અને સરળ હતો, પણ બીજાથી જુદો પડતો હતો. મારામાં રસ લેતો હતો, કોઈ કારણસર ટોકતો પણ ખરો. ત્રીજે દિવસે જ્યારે

કૉલેજ ગઈ અને નિલેશને મળી ત્યારે નિલેશને કહ્યું, "મને ઘેર હોઉં ત્યારે કોઈ જ યાદ આવતું નથી, મને પહેલીવાર તું યાદ આવ્યો."

નિલેશે જવાબ આપ્યો "મેં કોઈ એવું મહાન કાર્ય કર્યું નથી" (મનોમન) "કદાચ, તારી જગ્યાએ કોઈ બીજું હોત તો પણ હું આમ જ કૂદી પડત..."

હું ધીમે ધીમે નિલેશ સાથે વધારે સમય ગાળવા માંડી, પરીક્ષાઓ નજીક હતી, બધા તૈયારીઓમાં પડ્યા હતા. કૉલેજો બંધ થઈ ગઈ હતી. પરીક્ષાઓ પતે એટલે નિલેશ એના વતન સૌરાષ્ટ્ર જતો રહેવાનો હતો, એ રાજકોટની બાજુમાં આવેલા ગોંડલનો વતની હતો. એના પિતા ગોંડલના સ્વામીનારાયણ મંદિરમાં સેવા આપતા હતા. પ્રમુખસ્વામીના સાનિધ્યમાં મોટો થયેલો નિલેશ સ્વામીજી પાસે દીક્ષા લેવાની ઇચ્છા ધરાવતો હતો, સ્વામીજી વહાલથી એની પીઠ પસવારતા અને કહેતા, "હજી તું બહુ નાનો છે, નિલેશ. જિંદગીની રસિકતાનો તને પરિચય નથી. હજી તું આગળ ભણજે, વિદ્વાન થજે, લગ્ન કરજે, મંદિરમાં સેવા તો ગૃહસ્થજીવન જીવતા હોય એ પણ આપી શકે છે."

લગ્ન કરવામાં એને રસ નહોતો, પણ આગળ ભણવું હતું. અત્યારે પણ ફિલોસોફી સાથે જ બી.એ. કરતો હતો. એ પરીક્ષા આપીને પોતાને વતન ચાલ્યો ગયો. સુજાતા એકલી પડી ગઈ, એ નિલેશને ફોન કરતી, મુંબઈ ક્યારે આવવાનો છે, પૂછતી પણ નિલેશ વાત ટાળી દેતો, મુંબઈ જવાની એની ઇચ્છા નહોતી.

ગ્રેજ્યુએટ થઈ ગયા પછી સુજાતાના મમ્મી-પપ્પા એના માટે યોગ્ય પાત્રની શોધમાં હતા. એક બે છોકરાઓ એણે જોયા પણ ખરા. પણ એને જચ્યા નહીં. એના મનમાંથી નિલેશ ખસતો નહતો. એણે પપ્પાને કહ્યું "હું નિલેશ સાથે લગ્ન કરવા માંગે છું." પપ્પાએ એને સમજાવી કે "નિલેશ સાથે તું સુખી નહીં થાય. આ ક્ષણિક આવેગ છે." પૈસાની એમને પડી નહોતી, પૈસા એમની પાસે પૂરતા હતા પણ એકાદવાર એને મળ્યા હતા ત્યારે એની અલિપ્તા એમણે જોઈ લીધી હતી.

કોઈપણ બાબતના પ્રભાવમાં આવીને એ પોતાના નિયમોમાં બાંધછોડ કરે એમાનો નહોતો. એના મમ્મીમાં વ્યવહાર-કુશળતા ઓછી હતી પણ હોંશિયાર હતા, પણ અમુક ઉંચાઈ પર પહોંચી ગયા પછી માણસ એકલો થઈ જાય એમ એકલવાયું જીવન જીવતા. એ ભલા અને એમનું ઘર ભલું. સુજાતા એમને ખૂબ વહાલી હતી, સુજાતા જો નિલેશ સાથે લગ્ન કરે તો એમની નજર સમક્ષ જ રહે એટલો સ્વાર્થ પણ હતો.

નિલેશને એમણે સમજાવ્યો કે સુજાતા સાથે લગ્ન કરીને મુંબઈમાં રહીને એ સારામાં સારું શિક્ષણ પ્રાપ્ત કરી શકે એમ છે. એનું માન-સન્માન પુરેપુરું જળવાશે. એની રીતે ભણી પણ શકશે અને સુજાતા પણ એના પ્રમાણે ગોઠવાવાનો પ્રયત્ન કરશે. મેં પણ કહું કે એની સાથે એ પણ ભણશે અને તત્ત્વજ્ઞાનના પાઠ શીખશે. નિલેશના પિતાની પણ ઇચ્છા હતી કે દીકરો મુંબઈ રહીને ઉચ્ચ શિક્ષણ પ્રાપ્ત કરે, જે પોતે આપી શકવાને અસમર્થ હતા. આ દુનિયામાં નિલેશ સિવાય તેમનું કોઈ નહોતું, પત્નીનો સ્વર્ગવાસ તો વરસો પહેલાં થઈ ગયો હતો. મોટાભાગનો સમય મંદિરમાં જ પસાર થતો. નિલેશને સ્વામીજીએ જ મુંબઈ ભણવા જવાનો બંદોબસ્ત કરી આપેલો. નિલેશ ઘરસંસાર માંડે અને ભણે પણ ખરો એ વાત એમને એકદમ જચી ગયેલી. આપણામાં કહું છે ને કે જોડીઓ ભગવાન સ્વર્ગમાંથી જ બનાવીને મોકલે છે.

નિલેશ એના પિતાને લઈને મુંબઈ આવ્યો. સાદાઈથી લગ્ન થયા. નિલેશના પિતા અઠવાડિયું નિલેશના સાસરે મહેમાન થઈ ને રહ્યા અને પછી પાછા ગોંડલ આવી ગયા. નિલેશ અને સુજાતાનું લગ્નજીવન શરૂ થયું. શરૂઆતમાં તો ખાસ વાંધો આવ્યો નહીં, નિલેશ સુજાતાને કે ઘરમાં રહેલા માતા-પિતાને અગવડ પડે એવું કરતો નહીં. સુજાતા કહે ત્યાં જતો, સુજાતાનું માન રાખવાનો હંમેશાં પ્રયત્ન કરતો. સુજાતાએ એમ.એ. ફિલોસોફીમાં એક્સટર્નલ ફોર્મ ભર્યું અને નિલેશે કોલેજ જોઈન કરી . કોલેજ જતા પહેરવા માટે સુજાતા એટલા બધાં કપડાં લઈ આવી એ નિલેશને ગમ્યું નહીં,

"મને મારી રીતે જીવવા દે, સુજાતા. મારે કપડાં જોઈંતા હશે ત્યારે હું જ

તને કહીશ."

સુજાતા એને ગાડીમાં જવા આગ્રહ કરતી, પણ નિલેશ માનતો નહીં. એ સમજાવવાનો પ્રયત્ન કરતો. "મને મારી રીતે જીવવા દે, વધારાની સગવડો જે બીજા પર અવલંબિત હોય તે વાપરવાનો આગ્રહ કરીને મને ગુંગળાવીશ નહીં."

નિલેશનો આખો દિવસ કૉલેજમાં અને જવા-આવવાના સમયમાં પસાર થઈ જતો. રાત્રે એ અભ્યાસ કરતો, સુજાતાને પણ ભણવું તો ગમતું. રાત્રે એની સાથે બેસતી પણ આખો દિવસ એની પ્રવૃત્તિમાં રચી-પચી રહેતી. નિલેશ ક્યારેય પૂછતો નહીં કે એણે દિવસના સમયે શું કર્યું ? એને સિનેમા જોવા જવાનો બહુ શોખ, બહાર જમવા જવાનો બહુ શોખ, એમાં નિલેશનો સાથ મળતો નહીં એટલે અકળાતી. ધીમે ધીમે એકધાર્યા જીવનથી કંટાળવા માંડી, આમને આમ બે વર્ષ થઈ ગયા, એમ.એ.ના છેલ્લા વર્ષની પરીક્ષા પતી એટલે સુજાતાએ અમેરિકા ફરવા જવાની ઇચ્છા વ્યક્ત કરી. નિલેશ તો આ બે વર્ષ દરમિયાન વેકેશન પડે, નાનું કે મોટું ગોંડલ જતો રહેતો. સુજાતાને પૂછતો ખરો કે, મારા પિતાને મળવા આવીશ ? પણ આગ્રહ ક્યારેય ના કરતો. ઘણીવાર સુજાતાને ઓછું આવી જતું કે કોઈવાર તો મને આગ્રહપૂર્વક કંઈક કરવાનું કહે, પણ એ હંમેશાં એમ જ કહેતો "મારા તરફથી તું મુક્ત છે, તારે જે કરવું હોય તે કર. મારે જે કરવું હશે તે હું કરીશ."

સુજાતાએ નિલેશને પાસપોર્ટ કઢાવવાનું કહ્યું, નિલેશે ચોખ્ખી ના પાડી. તે ગોંડલ જવાનો હતો અને લાંબું રહેવાનો હતો. આ બાબત પર બેઉ જણને ખૂબ વિવાદ થયો, પણ નિલેશ માન્યો નહીં. સુજાતાના મમ્મી-પપ્પા પણ વચ્ચે પડ્યા,

"તમને જવામાં વાંધો શું છે ? હવે તો ભણવાનું પણ પતી ગયું છે, અમારી દીકરીએ બે વર્ષ તમે જે કહ્યું તે કર્યું ને ? હવે એની ઇચ્છાને માન આપવાની તમારી ફરજ છે. તમારે ક્યાં પૈસા આપવાના છે ? હરો,

ફરો અને મજા કરો. મજા કરવાના તમારા દિવસો છે."

આ શબ્દો નિલેશના હૈયે વાગી ગયા. એણે ઊંડો વિચાર કર્યો અને સુજાતાને પત્ર લખ્યો, એ દિવસે સુજાતા આટલી બધી ધમાલ થવાથી બીજા રૂમમાં સુવા ચાલી ગઈ હતી.

પ્રિય સુજાતા...

મને માફ કરજે, હું ગોંડલ જાઉં છું. હવે પાછો ફરીશ નહીં. તારી સાથે બે વર્ષનો સહવાસ મારા માટે કેવો રહ્યો એની ફરિયાદ હું તને નહીં કરું, તે મને-કમને પણ મને સાથ આપ્યો, મારી સાથે અભ્યાસ કર્યો એ બદલ હું હંમેશાં તારો ઋણી રહીશ. મેં તને પહેલાં પણ ચેતવી હતી કે, હું અલગારી જીવ છું, તારી વૈભવી દુનિયામાં ગોઠવાઈ નહીં શકું પણ તારી જીદ આગળ કોઈ નબળી ક્ષણમાં હું ઝૂકી ગયો. તારી માફી માંગુ છું. હું તને બંધન મુક્ત કરું છું. તારે કોઈ કાયદાકીય કાર્યવાહી કરવાની જરૂર નથી, તું સુંદર છે, તેજસ્વી છે, કોડભરી છે, ચોક્કસ તને તારા યોગ્ય પાત્ર મળી જશે, એની સાથે તું એશોઆરામ અને ઐશ્વર્ય ભોગવે એવી શુભચ્ચેછાઓ પાઠવું છું, કહેવાની જરૂર નથી પણ કહું છું કે, હું સ્વામીનારાયણ મંદિરના શ્રી પ્રમુખસ્વામીજી તરફથી સ્વામીનારાયણ સંકુલમાં રહીને મુંબઈમાં બી.એ. કરવા આવ્યો હતો. એમ.એ. પણ એ જ રીતે થાત, પણ ડીગ્રી કરતા પણ મોટું ભાથું મને મારા જીવનમાંથી જડી ગયું છે. ફરી એકવાર તારી માફી માંગુ છું અને તું ખૂબ સુખી થાય એવી શુભેચ્છાઓ.

- લિ. નિલેશ જોષી.

સવારે સુજાતાની આંખ મોડી ખૂલી, એને ખ્યાલ આવ્યો કે એ તો બીજા રૂમમાં સુતી છે. એ ઉઠીને એના રૂમમાં ગઈ, નિલેશ ત્યાં હતો નહીં. બાથરૂમનું બારણું પણ ખુલ્લુ હતું. એ કંઈ વિચારે એ પહેલા એની નજર ડ્રેસીંગ ટેબલ પર પડેલા કાગળ પર પડી. એણે ઝડપથી કાગળ લઈને વાંચવા માંડ્યો. નિલેશ એને છોડીને ચાલ્યો ગયો હતો. એ પલંગ

પર બેસી પડી. સૌથી પહેલા તો એના સ્વભાવ પ્રમાણે એનું મગજ ગયું કે, પોતાને કીધાં વગર કેવી રીતે જઈ શકે ? પણ બીજી જ ક્ષણે એને પણ જાણે હૈયા પરથી ભાર ઉતરી ગયો હોય એવું લાગ્યું. બે વર્ષનો નિલેશનો સહવાસ અને તત્ત્વજ્ઞાનના અભ્યાસે એનામાં થોડી તો સમજણ લાવી દીધી હતી, એ પોતાની જીદમાં એનું ધાર્યું તો કરતી હતી પણ હૃદયમાં ઊંડે ઊંડે એને ભાર રહેતો હતો કે, એ નિલેશની ઇચ્છા વિરુદ્ધ કરી રહી છે. એ મિત્રો સાથે જમવા જાય કે પાર્ટીમાં જાય કે પછી શોપિંગમાં નિલેશ અદ્રશ્ય પણે એના મનમાં હાજર રહેતો. આ ભાર કદાચ નિલેશ પણ અનુભવતો હોય એવો વિચાર એને પ્રથમ વાર આવ્યો. નિલેશ સાથે લગ્ન કર્યા એ પણ એની જીદ જ હતી, પ્રેમ ન હતો. નિલેશ જેવા સરળ માણસને પોતાની ઇચ્છા પ્રમાણે સ્ટાઈલમાં રહેતા શીખવાડશે, પોતાની ઇચ્છા પ્રમાણે ફરતા શીખવાડશે, પોતાના ઇચ્છા પ્રમાણે જીવતા શીખવાડશે અને પછી ખુશ થશે કે એણે નિલેશનું જીવન સુધારી દીધું, પણ એ તો એક સ્વપ્ન હતું જે આંખ ખૂલતા ઊડી ગયું હતું.

***

મેઘા અને સુજાતાબેન વાતો કરતાં કરતાં હાઈ-વે પર આવી ગયા હતા અને છાણી પણ પાછળ છૂટી ગયું હતું. "આપણે વાતોમાં બહુ આગળ આવી ગયા મેઘા." સુજાતાબેન બોલ્યા. એમણે ગાડી વાળી અને પાછ વળતા છાણી પાસેથી સગડી પર શેકેલી બે મકાઈ લીધી અને આગળ એક ખેતર પાસે ઊભા રહેવાની જગ્યા મળી ગઈ.

16
પ્રકરણ

મકાઈ ખાતા ખાતા સુજાતાબેને વાત આગળ વધારી. "નિલેશના ચાલ્યા જવાથી મમ્મી-પપ્પા દુઃખી થઈ ગયા. પપ્પાએ મને અમેરિકા ફરી આવવાની સલાહ આપી, પણ મેં ના પાડી. મારે થોડો સમય શાંતિથી પસાર કરવો હતો. ધીમે ધીમે મારો સ્વભાવ બદલાવા માંડ્યો. મને પાર્ટીઓ, બહાર હોટલોમાં જવું, આડેધડ શોપીંગમાંથી રસ ઓછો થવા માંડ્યો, હું મમ્મી સાથે ઘરમાં વધારે સમય ગાળતી. અમારું એમ.એ.નું પરિણામ આવી ગયું હતું, હું પાસ ક્લાસ મેળવીને પાસ થઈ ગઈ હતી. નિલેશે ડિસ્ટીક્શન મેળવ્યું હતું. અમારી પાસે એકબીજાના રોલ નંબર હતા. એટલે એણે પણ મારું રિઝલ્ટ જોઈ જ લીધું હશે. એ ગયો પછી અમે ક્યારેય મળ્યા નથી કે નથી ફોન પર વાત કરી. ધીમે ધીમે વાંચન તરફ મારું મન ઢળતું ગયું, પુષ્કળ પુસ્તકો વાંચ્યા અને વસાવ્યા. એમાં મને ઓશોના વિચારો ખૂબ જચી ગયા. ઓશોના ઘણા પુસ્તકો મેં વસાવ્યા છે અને એકથી વધારે વાર વાંચ્યા છે.

"એકાદ વર્ષ પછી મમ્મીને આંતરડાનું કેન્સર આવ્યું. એની સારવારમાં મારો મોટાભાગનો સમય જતો. લાંબી બીમારી ચાલી પછી મમ્મીને સારું થઈ ગયું. એને મારા માટે બહુ જીવ બળતો. "કોઈ સારું પાત્ર શોધ તો ખરી, મેટ્રોમોનિયલમાં આપ, ચોક્કસ કોઈ યોગ્ય પાત્ર શોધીશ તો મળી જશે."

'મમ્મી તું મારી ચિંતા ના કર, મારે હમણા પરણવું નથી.' પપ્પાએ પોતાનો ધંધો આટોપવા માંડ્યો. જીવન વહેતું ગયું હું ધીમે ધીમે સાહિત્ય સભાઓ ભરતી થઈ ગઈ. ઘણી નવી ઓળખાણો થઈ, નવા સંબંધો થયા, પણ કોઈ દિલની નજીક આવી શક્યું નહીં. મનમાં એક જાતનો ખાલીપો વર્તાવા માંડ્યો, મારું મન સતત કોઈની હૂંફ ઝંખતું, કોઈ મને સમજે, મને કંઈ કરવાનું પ્રોત્સાહન આપે, મારો હાથ ઝાલીને કહે કે, "વેલડન ! સુજાતા."

પણ હું કોઈને સંકેત આપી શકતી પણ સાદ પાડી શકતી નહીં એટલે એવું તો ક્યારેય બન્યુ નહીં. અંધશાળામાં વાંચવા જતી, અનાથ આશ્રમના બાળકોને બસ કરીને પીકનીક લઈ જતી, મુંબઈના મહિલા ઉત્કર્ષ માટે ઘણી સંસ્થાઓ ચાલે છે, વારાફરથી જુદી જુદી સંસ્થાઓમાં જતી. મારો ખાલીપો ભરી દેવાનો ભરપુર પ્રયત્ન કરતી એમાં મને આનંદ પણ મળતો. આમને આમ હું, પાંત્રીસ વર્ષની થઈ ગઈ.

"એક મિત્ર થઈ હતી વિભા. વિભા મને ખૂબ સમજતી, મારા ઘેર પણ આવતી, હું પણ એના ઘેર જતી. વિભાને એક દીકરી હતી. હજી ભણતી હતી. કૉલેજમાં હતી. એ લોકો અમેરિકા ફરવા જવાનો વિચાર કરતા હતા, વિભાબેનના બેન ત્યાં રહેતા હતા. એ દર વરસે ભારત આવતા ત્યારે વિભાબેનના ઘેર જ ઉતરતા. વિભાબેન એકપણ વાર ગયેલા નહીં, એક ટ્રાવેલ એજન્સીની અમેરિકાની ટુરનો પ્રોગ્રામ વાંચી વિભાબેનને થયું કે અમેરિકા ફરવા જવાનો આ સારો ચાન્સ છે. બેનના ઘેર પણ જઈ અવાશે. એ અને એમના પતિ ટ્રાવેલની ઓફિસે મળવા ગયા. વીસ દિવસની આ ટુરમાં અમેરિકાના જોવાલાયક સ્થળો, ન્યુયોર્કથી ન્યુયોર્ક સુધીના સ્થળો આવરી લીધાં હતાં. બે અઠવાડિયા વહેલા જઈને એમના બહેનને મળીને નિયત તારીખે ન્યુયોર્ક પહોંચી જવાય અને વીસ દિવસ ફરીને પાછાં આવી જવાય. એમણે પોતે ત્રણ જણ છે એમ જણાવ્યું. ઓફિસરે 18 વર્ષથી ઉપરના સંતાનને બીજો રૂમ ફરજિયાત લેવો પડે એમ કહ્યું. તમારી દીકરી સાથે રૂમ શેર કરે એવા તમારા કે દીકરીના ઓળખીતા બહેનને તૈયાર કરો, તો પૈસા વહેંચાઈ

જાય. નહીંતર તમને મોંઘું પડશે. વિભાબેનને હું યાદ આવી.

"એમણે મને તૈયાર કરી. મારે પણ વરસોથી અમેરિકા જવું હતું, મમ્મીની એક સખી શિકાગોમાં રહેતી હતી. જ્યારે અહીં આવે ત્યારે અમારા ઘેર જ ઉતરતા અને અમેરિકા આવવાનો આગ્રહ પણ કરતા. મમ્મી-પપ્પાને વાત કરી તો એ લોકો તો ખુશ થઈ ગયા. કારણ કે વર્ષોથી હું ક્યાંય ગઈ નહોતી. મમ્મીએ કુમુદબેનને ફોન કરી દીધો એ પણ ખુશ થઈ ગયા. આમ અમેરિકા જવાનું નક્કી થઈ ગયું. ટુર ચાલુ થાય એ દિવસે ન્યુયોર્કમાં મળવાનું નક્કી કરીને વિભાબેન ન્યુજર્સી અને હું શિકાગો જવા નીકળ્યા. હું કુમુદમાસીને ત્યાં આવી ગઈ. માસા-માસી બે એકલા જ હતા, અહીં તો સંતાનો 18 વર્ષના થાય અને ભણવા જાય પછી જુદા જ સમજી લેવાના. પોતાની રીતે ભણે અને નોકરી પણ શોધે અને ઘર પણ જુદું લે, નવી જિંદગી શરૂ કરે. સ્વતંત્ર જીવન ! આપણો સમાજ અને ત્યાંનો સમાજ ઘણો જુદો છે, મૂલ્યો પણ જુદા. દરેક જણ પોતાના જીવનમાં જ મસ્ત હોય. માસીએ કહી દીધું, "જો સુજાતા આ તારું જ ઘર છે. રસોડામાં અઢળક ખાવાની વસ્તુઓ ભરેલી છે, તારે જે ઇચ્છા હોય એ બનાવી ને ખાઈ લેવાનું. અમે એક પટેલ બહેનના ત્યાંથી રોટલી મંગાવીએ છીએ અને શાક હું બનાવી લઉં છું. એ સિવાય સલાડ, ફળો, જ્યુસ બધું લાવી રાખીએ છીએ, વાંધો નથી આવતો. તને આ સાદું જમવાનું મારી સાથે જમવું હોય તો મને વાંધો નથી."

"માસી હું તમારી સાથે જ જમીશ." કુમુદબેન ખુશ થઈ ગયા, જો કે કુમુદબેન પ્રેમાળ હતા, વરસોથી અહીં રહેતા હતા એટલે અહીંની પ્રથાઓ સ્વીકારી લીધી હતી. કોઈના માટે મરી પડવું, કોઈના માટે કઈ બનાવવું એ તો ક્યાંય સમયના જામતા થર નીચે દટાઈ ગયું હતું.

"જો કે હું પણ એવી જ હતી ને! એ પોતે વિચારી રહી મને ક્યાં કોઈ દિવસ કોઈના માટે કંઈ કરવાનું કે વિચારવાનું યાદ આવતું હતું ? પોતાની પ્રવૃત્તિમાં જ રત હતી. પોતાની જાતથી જ વિખુટા પડી ગઈ હતી. કુમુદમાસીની ફ્રેન્ડની દીકરીના લગ્ન હતા, ત્યાં સમરમાં જ લગ્ન

થાય, સિઝન સારી હોય, એકબીજાના ઘેર જઈ-આવી શકાય, બાકી શિયાળામાં તો બરફ જ હોય. બહાર જ નીકળી શકાય એવું ના હોય. એ દિવસે એમની દીકરીની મહેંદીનો પ્રસંગ હતો, કુમુદમાસી પરાણે જિદ કરીને મને લઈ ગયા. ઘર મોટું અને સુંદર હતું, ત્યાં ઘરના મુખ્ય દરવાજાની બાજુમાં જ ગેરેજનો દરવાજો (કોલેપ્સીબલ ગેટ) હોય, તે ખોલી નાખેલો. ગાડીઓ બહાર મૂકી દીધી હતી અને ગેરેજની જગ્યા ખાસ્સી મોટી હતી, સુંદર સજાવેલી હતી. પાછળ મોટા-લાંબાં બે-ત્રણ ટેબલો લાઈનમાં ગોઠવેલા હતા એના પર જાત જાતના નાસ્તા-મિઠાઈ અને પેપરની પ્લેટો - નેપકીન મુકેલા હતા. હિંદી ફિલ્મોના ગીતો ગવાતા હતા. આપણા અહીંની જેમ જ ત્રણ છોકરીઓ મહેંદી મુકવા આવેલી હતી. કન્યાને મહેંદી મુકાતી હતી. બીજા પણ મહેંદી મુકાવતા હતા. ખાસ્સા લોકોની હાજરી હતી. માસીએ મારી ઓળખાણ એમની ફ્રેન્ડની દીકરી સાથે કરાવી જે કન્યા કરતા મોટી હતી અને પરણેલી હતી, તેણે મને આવકારી. તેણે કહ્યું "મહેંદી મુકાવવામાં લાઈન છે આપણે ઘરમાં જઈએ. પછી શાંતિથી મહેંદી મુકાવીશું."

મેં કહ્યું "મને જરાય શોખ નથી, મારે નથી મુકાવવી."

એણે કહ્યું કે "એક ફૂલ કરાવજે, પણ આજે તારે મહેંદી મુકાવવી જ પડશે."

અમે ઘરમાં ગયા. છોકરાઓ ઘર સજાવતા હતા. લાઈટોના તોરણ, નીચે કારપેટ અને નાની નાની સજાવટની વસ્તુઓ ક્યાં શું સારું લાગશે ? અને કેવી રીતે સજાવવું એની ચર્ચા કરી રહ્યા હતા. મેં ઘરના જેવા લાગતા એક છોકરા પૂછ્યું કે "કેમ બધા ડેકોરેશન કરે છે ? અહીં એજન્સીઓ ના હોય ?"એ હસી પડ્યો.

એણે કહ્યું "મમ્મી-પપ્પા જ્યારે 30-35 વર્ષ પહેલા અહીં આવ્યા હશે ત્યારે નવા નવા આવેલા કપલો સહેજ ઓળખાણ હોય એવા ગુજરાતીઓનું ગ્રુપ થયું, મમ્મીના કોઈ સગાં હોય એ પણ જોડાય અને ગ્રુપમાં બીજાના ભાઈ-બહેનો હોય એ પણ જોડાય. બધાના સંતાનો સાથે જ હોય. અઠવાડિયે મળવાનું એકબીજાને ત્યાં જમવા જવાના,

બહાર જવાના પ્રોગ્રામો થયા કરે. ધીમે ધીમે છોકરાઓ મોટા થયા અને એક પછી એકના લગ્ન થવા માંડ્યા. બધાને પોતાનું ગ્રુપ તો હોય જ. પણ એક નિયમ કે મમ્મી-પપ્પાના ગ્રુપમાં કોઈને ત્યાં પ્રસંગ હોય તો આપણે ભાગ લેવાનો જ. અહીંયાં માણસો ના મળે. લગ્ન અને રીસેપ્શન ઈવેન્ટ મેનેજરને સોંપ્યું હોય પણ ઘરના નાના પ્રસંગો મહેંદી, માંડવા મહૂર્ત, અંતાક્ષરી એ બધા તો ઘરના જ ભેગા થઈને ઉજવે. આ બધા જ મમ્મી-પપ્પાના ગ્રુપના મિત્રોના છોકરા-છોકરીઓ છે. અમે તો આ પ્રસંગે જ હોઈએ પણ અમારા પેરન્ટસ તો ત્રણ-ચાર અઠવાડિયાથી વીક-એન્ડમાં ભેગા થાય અને નાસ્તા બનાવે. બધી તૈયારીઓ જાતે જ કરવાની. નીચે જે મઠિયા, ફાફડા, ચેવડો, ભેળ, ચટણીઓ અને મિઠાઈઓના ડબ્બા ગોઠવેલા છે તે બધાએ ભેગા મળીને જાતે બનાવેલા છે. સાંજના ડીનર માટે બહારથી પીઝ્ઝા ઓર્ડર કર્યા છે."

હું એકચિત્ત વાત સાંભળી રહી, મારા માટે સાવ નવી વાત હતી. મેં તો જેટલા લગ્નોમાં હાજરી આપી હતી એ તમામમાં હું તો બનીઠનીને જતી અને ભવ્ય સમારંભો હોય અને વેઈટરો અને સ્ટાફ પર સુંદર કપડામાં સ્વચ્છ ખાવાનું લઈને ફરતા હોય. એ આનંદ અને આ આનંદમાં મને ફેર લાગ્યો. અહીંનાં વાતાવરણમાં મને આત્મીયતા લાગી. કેવા બધાં એકબીજા સાથે હળીમળીને આનંદ કરે છે. વ્યક્તિનું વ્યક્તિત્વ સાથે જોડાણ તો છે. મને ખૂબ મજા આવી. બધો નાસ્તો પણ ચાખ્યો, હાથમાં મહેંદી પણ મુકાવી અને સાંજે ડીનર લઈને રાત્રે પાછા ફર્યા. પાછા ફરતા માસીએ પૂછ્યું, "તને ગમ્યું."

"હા માસી મને ખૂબ ગમ્યું. મને ગુજરાતી ડાયસ્પોરા શબ્દ યાદ આવે છે. અહીં આપણા દેશ અને વતનથી હજારો માઈલ દૂર એક ગુજરાતી સમાજ ઊભો કરી દીધો છે. અહીંનાં વાતાવરણમાં ભળી ગયા હોવા છતાં આપણી સંસ્કૃતિ અને પ્રણાલી જીવંત રાખ્યા છે. પ્રસંગના સમયે બધાં જ સમય કાઢી પ્રસંગમાં ભેગા થાય, હળે-મળે, કામ કરે, આનંદ માણે અને પાછાં ત્રણ દિવસમાં તો પોતાના સ્થાને જતાં રહે, ભલે એકબીજાથી દૂર હોય પણ મન કેવા જોડાયેલા છે આ વાત મને સ્પશી

ગઈ.

"માસી સાથે શિકાગોમાં જ ઘણું ફરી. મ્યુઝીયમ, મિલેનિયમ પાર્ક, સ્વામીનારાયણ મંદિર, નેવી પિયર્સ, બંકિમહામ ફાઉન્ટન, સીયર્સ ટાવર જેનું નામ હવે વિલીઝ ટાવર થઈ ગયું છે, વગેરે વગેરે. થોડું શોપીંગ પણ કર્યું. દસ દિવસ તો ક્યાંય નીકળી ગયા અને નિયત સમયે ન્યુજર્સીના એરપોર્ટ પર આવી ગયા. વિભાબેન પણ પતિ અને દીકરી સાથે હાજર હતા. ટૂરમાં ચાલીસ જણ હતા. મોટાભાગના તો ભારતથી જ આવેલા હતા પણ ત્યાંથી આવેલા અમુક લોકોના સ્વજનો જે અહીં રહેતા હોય એવા પણ આઠ-દસ જણ હતા. સૌથી પહેલા તો અમે અહીંથી લાસ વેગાસ ગયા. લાસ વેગાસ એટલે કેસિનોનું શહેર, દુનિયાભરના જુગાર રમવાના શોખીનો અહીં ઠલવાતા હશે. દરેક હોટલમાં નીચે તો ઢગલાબંધ સ્લોટ મશીનો મુકી દીધા હોય અને હજારો બલ્બોનો ઝગમઘાટ વળી ઠંડા પીણા પીરસતી છોકરીઓ તો સ્વર્ગની અપ્સરાઓ જ લાગે. સ્વર્ગમાં મયનો દરબાર આવો હશે, એવો વિચાર મને આવી ગયો. સાંજે અમે પહોંચી ગયા હતા, પણ નીચે ગયા નહીં. બીજો આખો દિવસ લાસ વેગાસમાં આનંદ કરવાનો હતો અને ત્રીજે દિવસે ફ્લાઈટમાં એરિઝોના સ્ટેટમાં આવેલા ફીનીક્સ શહેરના એરપોર્ટ પર ઉતરવાનું હતું. વિભાબેનના બહેને કહ્યું હતું ત્યાંની એક વેનેશીયન હોટલમાં ગંડોલા રાઈડ (બોટીંગ) અને બેસ્ટ ઓપેરા શોઝ થતા હતા.

"અમે સવારે બ્રેકફાસ્ટ લઈને ત્યાં પહોંચી ગયા. ગંડોલા રાઈડમાં લાઈન હતી. જો કે બહુવાર ઊભા રહેવું ના પડ્યું, વિશાળ હોટલની ગોળ ફરતે પાણીનો ઝરો કરેલો હતો અને એમાં બોટ્સ ફરતી હતી. રાઈડ લેવાની મજા આવી. જાણે વેનિસમાં ફરતા હોઈએ એવો દેખાવ કરેલો હતો. રાઈડ પતી એટલે થોડું હોટલમાં ફર્યા, ખૂબ સુંદર હોટલ હતી. વિશ્વના મોટી મોટી બ્રાન્ડસના શો-રૂમ્સ ત્યાં હતા. નાની નાની બ્રાન્ડસના સ્ટોર્સ પણ હતા. મને મારો કોલેજકાળ યાદ આવી ગયો. આજથી દસ-બાર વર્ષ પહેલા આવી હોત તો મેં લાખો રૂપિયાનું શોપિંગ કરી નાખ્યું હોત. પર્સ, કપડા, ઘડિયાળ અને બીજુ કેટલું ય... પણ આજે

એમને કશુ જ ખરીદવામાં રસ નહોતો. વિભાબહેનની દીકરીએ પર્સ, ફેશન જ્વેલરી, ઘડિયાળ એવી થોડી ખરીદી કરી. એ લોકો હરતા-ફરતા સ્વોરોસ્કીના સ્ટોર પાસે આવ્યા. સ્વીઝરલેન્ડની સ્વોરોસ્કી કંપની આખા વિશ્વમાં પ્રખ્યાત છે. એ ક્ષણભર ત્યાં ઊભા રહ્યા. વિભાબહેને વહાલથી મને પૂછ્યું : "તારે કંઈ નથી લેવુ સુજાતા ?"

"ના ના મારી પાસે પુષ્કળ વસ્તુઓ છે, એ વાપરું તો ય ઘણું."

"વિભાબહેન કહે "તારે માટે નહીં તો મમ્મી-પપ્પા માટે તો જો, ચાલ આપણે અંદર જઈએ." જાત જાતની અક્કલ કામ ના કરે એવી વસ્તુઓ ત્યાં હતી. સ્વોરોસ્કી એટલે કીમતી સ્ટોન, એમાંથી બનાવેલા જાત જાતના ગીફ્ટ આર્ટીકલ હતા. મેં એક પેન લીધી અને બપોર પછી ચાર વાગ્યાના શોની ઓપેરાની ટિકિટ લીઘેલી, એટલે ત્યાંથી નીકળીને થીએટર તરફ પ્રયાણ કર્યું. ઘણી મોંઘી ટિકિટો હોવા છતાં ખાસ્સા લોકો ત્યાં હતા. શોમાં ડાન્સ કરતી છોકરીઓને જોઈને મંત્રમુગ્ધ થઈ જવાય. લાઈવ મ્યુઝીક, લેસર લાઈટો અને છોકરીઓએ ભપકાદાર પહેરેલા કપડાં! અદ્ભુત શો હતો. સમય ક્યાં જતો રહ્યો એની સમજણ ના પડી, સાંજે અમે હોટલ પર પહોંચી ગયા હતા.

"વહેલી સવારે એરિઝોના જતી ફ્લાઈટમાં ફિનિક્સ એરપોર્ટ પર ઉતર્યા. અમને લેવા હોટલની મર્સીડીઝ વાન આવી હતી. હોટલમાં પહોંચવાનો રસ્તો લાંબો હતો, શિકાગો અને લાસવેગાસ જેવો વૈભવ અહિયાં નહોતો. શિકાગોમાં તો કેટલું ફર્યા જ્યાં નજર કરો ત્યાં હરિયાળી અને અહીં તો જાણે કચ્છનું રણ જોઈ લો. જાત જાતના છોડ દેખાય પણ થોર અને ફક્ત થોરના જ ! થોરના છોડ પર લાલ ગોટા જેવા ફૂલો હતા. સૂકા ભઠ્ઠ છોડ પર સુંદર નાજૂક ફૂલ ? થોરમાં પણ પ્રેમની કૂંપળો ફૂટી શકે છે. મને વિચારીને હસવું આવી ગયું. અહીં બળી જવાય એવી ગરમી હતી, જ્યાં જુઓ ત્યાં બોર્ડ વંચાય "ડ્રીંક વોટર" પાણી પીઓ. સાંજે સહયાત્રીઓની મિટીંગ હતી. બધા એક હોલમાં મળ્યા 40 જણે પોતાની ઓળખાણ આપી. મોટાભાગના મુંબઈના હતા પણ થોડાં લોકો સુરત, નવસારી અને વડોદરાના પણ

હતા. એમાં વડોદરાનું દંપત્તિ અમરભાઈ પટેલ અને તેમના પત્ની આશાબેન પટેલ મારી બાજુમાં બેઠેલા. મેં પોતાની ઓળખ આપી કે પોતે સુજાતા મહેતા અને મારી પ્રવૃત્તિઓની ઓળખ આપી. પછી અમરભાઈનો વારો આવ્યો, અમરભાઈ વડોદરાના ઉદ્યોગપતિ હતા તે ઉપરાંત તે સમાજ સેવાના કાર્યક્ષેત્રો સાથે સંકળાયેલા હતા. તેમણે એક અનાથ આશ્રમ પણ બંધાવ્યો હતો. જેના મુખ્ય ટ્રસ્ટી તેઓ હતા. ત્યાં ફક્ત અનાથ બાળકોને જ રાખવામાં આવે એવું નહોતું પણ અત્યંત ગરીબ જે પોતાના બાળકોને યોગ્ય રીતે ઉછેરી ના શકે તેવા પણ બાળકો અહીં રહેતા. એમનું વ્યક્તિત્વ, એમનો સમાજમાં મોભો અને એમના થકી થતા કામો સાંભળીને બધાં પ્રભાવિત થઈ ગયા અને તાળીઓના ગડગડાથી વધાવી લેવામાં આવ્યા. આશાબેનનો પરિચય એક જ વાક્યનો હતો, તેઓ ગૃહિણી હતા. પતિની અત્યંત વ્યસ્તતાના લીધે બાળકો અને વડીલ સાસુ-સસરાની જવાબદારી તે નિભાવતા હતા. આ પણ કંઈ નાનું કામ નથી. એમ કહીને મેં ઊભા થઈને તાળીઓ પાડી એટલે બધાએ જ તાળીઓ પાડી. મિટિંગ પતી એટલે બોટાનિકલ ગાર્ડનની મુલાકાત લેવાની હતી. આમ તો આ ગાર્ડનમાં પણ ઠેર ઠેર "પાણી પીઓ" ના પાટિયા હતા. નજર ના પહોંચે એટલા છોડ હતા, પણ બધા જ થોર (કેકટસ). માથે તડકો આકરો હતો. બધા પોતપોતાના ગ્રુપમાં ફરતા હતા. છૂટા છૂટા એકલા આવેલા કપલ પણ હતા. એવામાં આશાબેન બેભાન થઈને ઢળી પડ્યા. અમરભાઈએ 'આશા... આશા...' બૂમ મારી પણ વ્યર્થ ગઈ. નજીકના બે-ચાર જણ દોડી આવ્યા. મેં પણ જોયું. હું એકદમ નીચે બેસી ગઈ અને પર્સમાંથી બોટલ કાઢીને પાણી છાંટ્યું. એમણે સહેજ આંખ ખોલીતો પાણી પીવાનું કહ્યું. એમણે પાણી પીધું એટલે થોડું સારું લાગ્યું. ગાર્ડનના માણસો દોડી આવ્યા. એ લોકો બધાને કડક શબ્દોમાં સૂચના આપી કે તમે થોડી વારે પાણી તો પીધા જ કરજો નહીંતર મુશ્કેલી થશે. અહીંથી ગ્રાન્ડ કેનિયન જાઓ છો ત્યાં પણ આટલી જ ગરમી હશે, વિશ્વનો મોટામાં મોટો રણ વિસ્તાર છે.

"આશાબેનને હવે થોડું ઠીક લાગ્યું, એ બોટલ તો લાવેલા પણ પાણી તો ક્યારનું ખાલી થઈ ગયેલું, પણ નવું ભરવાનું ભૂલી ગયેલા.

અમરભાઈએ મારો આભાર માન્યો અને મારી બોટલ ભરી લાવવા વિવેક કર્યો મેં ના પાડી. પછી એક મેક્સિકન રેસ્ટોરન્ટમાં ડીનર લીધું, હોટલમાં ગ્રીક પ્રણાલીની સજાવટ કરી હતી. આખું વાતાવરણ ગ્રીસમાં હોઈએ એવું લાગે. શેક્સપિયરની ગ્રીક ટ્રેજેડી યાદ આવી જાય. જમીને હોટલ પર પહોંચ્યાં. બીજા દિવસે સવારે વહેલા નીકળી જવાનું હતું. બસ મોટી હતી. થ્રી બાય ટુની બસ હતી. વિભાબેનની દીકરી એમની સાથે બેઠી. હું બે સીટની જગ્યા પર સહેજ પાછળ બેઠી. અમરભાઈ આવ્યા એટલે એમણે મને કહ્યું "અમારી સાથે આવો, કંપની રહેશે." હું તરત ઊભી થઈ અને ત્રણ સીટ વાળી જગ્યામાં અંદર જતી રહી. બાજુમાં આશાબેન અને અમરભાઈ બેઠા. અમરભાઈએ બોલાવી તો મને થોડું સારું લાગ્યું. રસ્તામાં એક કેસલ આવ્યુ અને કેસલમાં 12/13મી સદીના અમેરીકન રહીશો કઈ રીતે રહેતા હતા એનું પ્રદર્શન હતું. આદિમાનવ કમાવા જતો હોય, સ્ત્રી ધરકામ કરતી હોય એવું જ અહીં પણ હતું. પણ અહીં પથ્થરો લાલ અને ખંડરે જેવી હાલત અફધાનિસ્તાનની યાદ આવી જાય. ત્યાં ઉતર્યા. સખત ગરમી હતી પણ જગ્યા ખૂબ સુંદર હતી. જાણે બીજા ગ્રહ પર આવી ગયા હોઈએ એવું લાગે. લાલ સ્ટોનની વેલી હતી. તમને વાતાવરણ જ આખું લાલ લાગે. ત્યાંથી આગળ જતા સેડોના કોલોની આવી. એવી સુંદર હતી કે ખસવાનું મન ના થાય. લાલ ઊંચાં ઊંચાં ખડકો વચ્ચે નાની નાની ગેલેરીઓ, દુકાનો અને રેસ્ટોરન્ટો હતા. અમરભાઈ રેસ્ટોરેન્ટમાંથી ત્રણ આઈસક્રીમ લઈ આવ્યા. મેં ના પાડી પણ આશાબેને આગ્રહ કર્યો, "લાવ્યા છે તો ખાઓ ને ! કેટલી ગરમી છે." હસતાં હસતાં વાતો કરતા સાંજે જમવાના સમયે ગ્રાન્ડ કેનિયન નેશનલ પાર્ક પહોંચી ગયા. એકલા અમે જ ટુરીસ્ટ હતા. એટલે રાત્રે જમવાની, બધા સાથે વાતો કરવાની બહુ મજા આવી. રાત્રે રૂમમાં ગયા એટલે વિભાબેન આવ્યા એમની દીકરી એમના રૂમમાં જ સુવાની જીદ કરતી હતી. મેં કહ્યું "એમાં શું મને વાંધો નથી, હું તો એકલી જ રહેવા ટેવાયેલી છું." વિભાબહેન થોડીવાર બેસીને ચાલ્યા ગયા.

પછી હું કપડાં બદલીને આડી પડી, મને અમરભાઈ યાદ આવવા માંડ્યા. જે રીતે એમણે બસમાં મને પાસે બેસવા બોલાવી હતી અને

જે રીતે આઈસ્ક્રીમ લઈ આવેલા; એમાં એક આત્મીયતા અનુભવાઈ હતી. ક્યારેય ના અનુભવી હોય એવી આત્મીયતા. આશાબેનતો સરળ લાગે છે. પાછા તબિયતના અડધા છે. એટલે કશું ખાસ કરી શકતા નહીં હોય. એવું મને લાગ્યું, વિચારતા વિચારતા ક્યારે ઊંઘ આવી ગઈ એનો ખ્યાલ રહ્યો નહીં.

"બીજે દિવસે બ્રેકફાસ્ટ લઈને ગ્રાન્ડ કેનિયન નેશનલ પાર્કનું સૌંદર્ય માણવા જવાનું હતું. આ જગ્યા વિશ્વની સાત અજાયબીમાંની એક છે. ત્યાં જોવાલાયક અને ફરવાલાયક ઘણું હતું. પણ આશાબેન થાકી જતા. કહેતા તમે જઈ આવો હું અહીંયાં બેઠી છું. વિભાબેન એમના ફેમિલી સાથે હતા અને મને અમરભાઈ અને આશાબેન સાથે જોતા તો એમને હાશ થતી કે ચાલો એ એકલા નથી. બે દિવસ ગ્રાન્ડ કેનિયનના નેશનલ પાર્કમાં ક્યાં જતા રહ્યા ખબર ના પડી. સવારે બ્રેકફાસ્ટ કરી, બેગ પેક કરી બસ પાસે આવ્યા ત્યારે અમરભાઈ રાહ જ જોતા હતા. "હું તમારી જ રાહ જોતો હતો, ચાલો આપણે બસમાં સાથે બેસી જઈએ ?" મને હસવું આવી ગયું. મનમાં તો ખુશ થઈ ગઈ હતી. આજે નેશનલ પાર્કમાં મોન્યુમેન્ટ વેલી જોઈને લેક પોવેલની કુઝમાં સાંજ સુધી પહોંચી જવાનું હતું. મોન્યુમેન્ટ વેલીમાં થોડી જ વાર રોકાવવાનું હતું. આશાબેન બસમાંથી ઉતર્યા નહીં, અમરભાઈએ કહ્યું "ચાલો આપણે થોડું જોઈ આવીએ."વિભાબેનને એમણે બીજી બાજુ જતા જોયા. અમરભાઈએ કહ્યું "ચાલો આપણે સીધા જઈએ."થોડા આગળ ગયા હોઈશું અને અમરભાઈએ પૂછ્યું, "તમે કેમ એકલા છો ?" મને નવાઈ લાગી. "કેમ આવું પૂછો છો ?"
"તમારી જેવી અતિ સુંદર, લાવણ્યમયી સ્ત્રી, અને એમાંય તમારી પ્રતિભા ખીલી ઊઠે એવો તમારો પહેરવેશ, તમે બધા કરતા જુદા છો, તમે પરણ્યા નથી ?" હું ક્ષણ માટે તો જવાબ ના આપી શકી પણ પછી તરત જ મેં કહ્યું, "મેં લગ્ન કર્યા હતા, બે જ વર્ષમાં અમે છૂટા થઈ ગયા છીએ."

"તમને છોડીને કોણ જઈ શકે ?" મેં મારી વાત ટૂંકાણમાં અમરભાઈને કહી દીધી. અમરભાઈ થોડીવાર વિચારમાં પડી ગયા પણ પછી એમણે

એકાએક મારો હાથ પકડી લીધો. મને નવાઈ લાગી, મેં હાથ પાછો ખેંચ્યો નહીં, ત્યાં એક બેન્ચ જેવું હતું ત્યાં બેસાડી દીધી અને મારી બાજુમાં બેઠા અને કહ્યું, 'હું તારા પ્રેમમાં પડી ગયો છું, સુજાતા.' હું આશ્ચર્યથી એમની સામે જોવા માંડી.
'આશા બેન ?'

'એ મારી પત્ની છે. હું એને ચાહું છું. મારી પત્ની તરફની તમામ ફરજો બજાવે છે. હું પણ એક પતિ બનીને પત્ની માટે કરી શકાય એ બધું જ કરું છું, પણ અમારા બેમાં એકબીજા પ્રત્યે હૂંફ અને ઉષ્માનો અભાવ છે. હું મારા કામમાં એટલો ગળાડૂબ છું એ પણ મારું ઘર અને સંતાનોમાં ઓતપ્રોત છે. મેં કોઈ સ્ત્રીની સામે પણ જોવાની તસ્દી લીધી નથી. પણ તને જ્યારથી જોઈ છે ત્યારથી મન ઉછળવા માંડ્યું છે. કેટલાય વર્ષોથી જેની મને ઝંખના છે, તરસ છે તે પાત્ર તું છે બસ તું જ છે.'

'પણ આ વહેવારિક નથી.'

'પ્રેમ એ જીવનનું સનાતન સત્ય છે. મારે પત્ની છે, બે દીકરાઓ છે, બધાને હું ખૂબ પ્રેમ કરું છું. પણ પ્રેમની પરાકાષ્ટા આત્મીયતા છે એ આત્મીયતા મને તારામાં દેખાય છે. આપણે સારા મિત્રો ના બની શકીએ સુજાતા ? મારે મારા જીવનમાં કોઈ જ ફેરફાર કરવાનો નથી, તારે પણ જરાય બદલવાની જરૂર નથી. પ્રેમ એ તો જીવનનું સત્ય છે જે આત્માને પૂર્ણતા તરફ લઈ જાય છે. તારી આંખોમાં પણ મને હૂંકની તરસ દેખાય છે તો શા માટે આપણે પ્રેમને પામવાનો પ્રયત્ન ના કરીએ. મને તારો સાથ જોઈએ છે. મારા જીવનમાં તારા અસ્તીત્વની હાજરી બસ એટલું જ તો તું કરી શકે ને ?'

અત્યાર સુધી મેં વિચાર્યું જ નહોતું કે હું એકલતામાં જીવી રહી છું. અમરભાઈના ટૂંકા સહવાસમાં મને પણ આત્મીયતાની જરૂર લાગી હતી. મેં ફરી અમરભાઈનો હાથ જોરથી પકડી લીધો, ક્યાં સુધી બે હૈયા મૌન સંવાદ સાધી રહ્યા.

પછીના દિવસે ઝાયન કેનિયન અને બ્રાઈસ કેનિયન અદ્ભુત રહ્યા, પ્રિયજનની હૂંફની અનુભૂતિ જ અનહદ આનંદ આપનારી હોય છે. કોઈ પોતાને ચાહે છે એ વિચારથી જ ખાલીપાના રણને મહેકતા ઉપવનમાં ફેરવી નાખે છે. હું અંદરથી જ ખૂબ ખુશ રહેવા માંડી, તૈયાર પણ ચીવટથી થતી. અમરભાઈ પણ મને જોઈને બહુ ખુશ થતા. આશાબેનને એક-બે વાર કંઈને કંઈ તકલીફ તબિયતની આવી ગઈ હતી. હું એમને મદદ કરવા, જમવાનું રૂમમાં લાવી આપતી, એમની દવાઓ જોઈને ટાઈમસર આપતી અને ઘણો ખ્યાલ રાખતી. આશાબેનને પણ મારી કંપની ગમતી હતી. ગ્રાન્ડ કેનિયનનો દસ દિવસનો પ્રોગ્રામ પૂરો થયો. બસ એરપોર્ટ પર મૂકી ગઈ અને બધા પહોંચ્યા પાછા ન્યુયોર્ક. ન્યુયોર્કથી બે દિવસ નાયગ્રા ફોલ્સ જવાનું હતું પછી સૌ સૌના ઘરે. કોઈ થોડું વધારે રહે..?

"ન્યુયોર્ક એરપોર્ટ પર ઉતરીને પાછી અમારી બસ ઉપડી નાયગ્રા ફોલ્સ જોવા. નાયગ્રા ફોલ્સ પણ વિશ્વની સાતમી અજાયબીમાંનો એક છે. ત્યાંનું નૈસર્ગિક સૌંદર્ય દિવસના સમયે પણ અને રાતના અનેક રંગો બદલતી લાઈટોનું દ્રશ્ય માણવાનો એક લ્હાવો છે. આ જગ્યા વધારે જાણીતી તો એટલા માટે કે બે ઈન્ટરનેશનલ બોર્ડરનું જોડાણ (અમેરિકા-કેનેડા) ફક્ત એક પુલ થકી થાય છે. પુલ ક્રોસ કરવા માટે પાછો વીઝા જોઈએ. નાયગ્રા ફોલ્સની સામે જ ગલીઓ છે અને એ ગલીઓમાં હોટલો. ગમે તે હોટલમાં ઉતર્યા હોઈએ અને ચાલતા જતા રહેવાનું. ગલી બહાર આવીએ એટલે મુખ્ય માર્ગ ઓળંગવો પડે, એ ઓળંગીને સામે જાઓ એટલે આવી ગયા તમે નાયગ્રાના ક્ષેત્રમાં ! ત્યાંથી જ તમને કર્ણપ્રિય ધ્વની સાંભળવા મંડે, ખળ... ખળ... ખળ... ખળ... વહેતી નદીના નીર ખડકો પરથી અવાજ કરતા ફોલ્સની દિશામાં જતા હોય. થોડું ચાલવું પડે અને ફોલ્સ પડે છે, એ જગ્યા આવી જાય છે. ત્યાં ઊભા રહીએ એટલે નિતાંત નૈસર્ગિક સોંદર્ય અને અફાટ જળાશય અને એમાંથી ઉત્પન્ન થતો લય ખળ... ખળ... ખળ...

"આ રમણીય સ્થાનમાં હું આનંદ આનંદ થઈ ગઈ. મેં અમરભાઈ

સાથે મેઈડ ઓફ મિસ્ટમાં રાઈડ પણ લીધી. વિભાબેનની દીકરી ડરતી હતી, વળી રાઈડના પૈસા પણ બહુ હતા એટલે આટલા પૈસા ખરચીએ અને મજા ના આવે એમ વિચારીને વિભાબેને માંડી વાળ્યું. આશાબેન પણ આજે ઢીલા હતા. એટલે આવવાની ના પાડી. રાઈડમાં બસો ફૂટ ઉપર જઈને ધોધમાં ઊભા રહેવાનો પણ એક લહાવો હતો. ત્યાંથી કેટલા ફોર્સથી પાણી પડે છે અને એટલા જ ફોર્સથી ઉત્પન્ન થતા ફીણ વાતાવરણમાં ધુમ્મસનો આભાસ ઊભો થતો હતો. બેકાબૂ પાણીનો ધોધ કેટલો વિનાશ કરે છે અને નિયંત્રણમાં લીધેલું પાણી કેટલી સુંદરતા બક્ષે છે એનો વિચાર કરતાં કરતાં હું મારા જીવન સાથે સરખાવી રહી. રાઈડ પતાવીને રૂમમાં જતા પહેલાં હોટલના રીશેપ્શન પર અમે બેઉ જણા થોડીવાર બેઠા. એકાએક હું ગંભીર થઈ ગઈ. અમરભાઈએ પૂછ્યું 'શું થયું ?'

'કશું ગુમાવી દેવાની લાગણી થઈ આવી, હૂંફથી ભરેલો સ્પર્શ, પ્રેમ વરસાવતી આંખો અને આ અમૂલ્ય સમય આટલો અલ્પ જીવી?'

મારી આંખમાંથી દડદડ આંસુ દડી પડ્યા. અમરભાઈ પણ સૂનમૂન થઈ ગયા. અમે બેઉ થોડીવાર એકબીજાનો હાથ પકડીને બેસી રહ્યા પછી, અમરભાઈએ કહ્યું, "એક વાર મન મળી જાય છે પછી દૂર શું ? પાસે શું ? ચિંતા ના કર. હું મારા કામ માટે અવારનવાર મુંબઈ આવતો હોઉં છું, જરૂર તારો કોન્ટેક્ટ કરીશ. મન નાનું નહીં કર. મારા પર વિશ્વાસ રાખ." પછી અમે બેઉ ઊભા થયા.

***

મેધાના નાનીનો ફોન આવ્યો, "મેધા, ક્યાં છો તમે લોકો ?"

"નાની મકાઈ ખાઈ લીધી છે, એક ખેતર પાસે જગ્યા મળી છે તો બેઠા છીએ ગાડીમાં, થોડીવારમાં આવી જઈએ છીએ."

ખાસ્સો સમય વીતી ગયો હતો. એમને વાતોમાં ખ્યાલ આવ્યો નહીં.

સુજાતાબેને ગાડી સ્ટાર્ટ કરી, મેઘાએ પૂછ્યું, "તમે એટલે વડોદરા આવી ગયા છો ?"

"હા શરૂ શરૂંમાં તો એ મુંબઈ ક્યારે આવશે એની કાગ ડોળે રાહ જોતી પણ એ હંમેશાં એમ જ કહે કે, "ભરોસો રાખ હું ક્યાંય જવાનો નથી."આશાબેનની તબિયત હમણાંથી સારી રહેતી નથી. એ કારણથી એમનું આવવાનું ઓછું થઈ ગયું હતું. ફોન પર વાત થાય પણ એમાં એક વસ્તુ મેં નોંધી કે મારું મન જે ઉતાવળીયું થઈ જતું હતું એના બદલે શાંત હોય છે. હું એમ જ કહું કે "ત્યાં તમારી જરૂર વધારે છે, આપણે તો ફોન પર મળીએ જ છીએ." મારી મમ્મીને કેન્સરે ફરીથી ઉથલો માર્યો એટલે મારો મોટાભાગનો સમય એની સારવારમાં જવા માંડ્યો. મમ્મી તો બિચારી દોઢ જ મહિનો માંદી રહીને ચાલી ગઈ, હું અને પપ્પા એકલા થઈ ગયા. આશાબેન આઠ મહિનાની માંદગી ભોગવીને મૃત્યુ પામ્યા. અમારો વિરહકાળ લાંબો થઈ ગયો હતો. અમારા બંનેના દુઃખ અમારે વહેંચવા હતા, એક દિવસ એ મુંબઈ સીધા મારા પપ્પા પાસે જ આવ્યા, એમણે પપ્પાને બધી વાત કરી. પોતે 10 વર્ષ મોટા છે એમ પણ કહ્યું. પણ અમે બે એકબીજાની હૂંફમાં જીવન પસાર કરવામાં માંગીએ છીએ. પપ્પાએ કહ્યું "હવે તમારા પત્ની તો રહ્યા નથી, તમે બે લગ્ન કરી લો."એમણે પપ્પાને સમજાવ્યા "આજે ૫૦ વર્ષે બીજા લગ્ન કરી લેવા એ જ વિકલ્પ હોવો ના જોઈએ. હું તો પરણેલો જ હતો છતાં મને અધૂરપ લાગતી. મારે ઈમોશનલ પાર્ટનર જોઈએ છે. જે ખાલીપો મારા વર્ષોના લગ્ન જીવને નહોતો પૂર્યો, તે ખાલીપો અઢી વર્ષમાં સુજાતાથી પુરાઈ ગયો છે. અમારે બેઉને સાથે રહીને મોકળાશથી ઉર્ધ્વગામન કરવાનું છે. એક વ્યક્તિતો બીજી વ્યક્તિ પ્રત્યેનો આત્માનો પ્રેમ કદી જાહેર ના હોઈ શકે." પપ્પા તો પહેલા સાંભળીને વિચારમાં જ પડી ગયા, પછી એમણે મને કહ્યું, "તારી જેમાં ખુશી એમાં જ મારી ખુશી છે." એમણે હું એમના માટે અમેરિકાથી સ્વોરોસ્કીની પેન લાવી હતી એ એમને ભેટ આપી. આનંદના પપ્પા એમના ફ્રેન્ડ હતા અને એ લોકો બંગલો કાઢવાની વાત કરતા હતા. એમણે પપ્પાને કહ્યું અને પપ્પા બરોડા આવીને કાયદાકીય વિધિ કરી ગયા અને બંગલો મારા નામે ખરીદી લીધો, મેં બહુ કહ્યું બરોડા આવવાનું પણ એ માન્યા

નહીં. અહીં આવ્યા પછી, અહીં આવીને મારે શું કરવું, કઈ પ્રવૃત્તિ કરવી, કઈ સંસ્થાઓમાં જવું એનો આખો કાર્યક્રમ એમણે મને ઘડી આપ્યો. શરૂઆતમાં દરરોજ ઘેર આવતા. ઝીણામાં ઝીણી વસ્તુનો ખ્યાલ રાખતા. એમના છોકરાઓને પણ મારી ઓળખાણ કરાવી દીધી છે અને કહ્યું છે કે, "જ્યારે એ કામકાજ કરી ના શકે ત્યારે એને ઘેર લઈ આવીને સારામાં સારી સેવા ચાકરી કરજો.' જીવનમાં જે ખાલીપો સર્જાઈ ગયો હતો તે પુરાઈ ગયો છે. જીવનને એક નવો અર્થ મળી ગયો છે." સુજાતાબેને વાત પૂરી કરી; ઘર આવી ગયું હતું.

17

પ્રકરણ

મેઘા સીધી ઘેર ગઈ. આજે મોડું થઈ ગયું હતું. નાની રાહ જોતા હતા. તેણી જમીને રૂમમાં ગઈ. એના મન પર સુજાતાબેન છવાઈ ગયા. એ સુજાતાબેનના વિચારોમાં મગ્ન થઈ ગઈ, "કેવું જીવન કહેવાય ? કોઈ જાતનું દુ:ખ નહીં, પૈસાની કમી નહીં, મનને ફાવે ત્યાં જવું, ઇચ્છા થાય તે કપડાં પહેરવા, પસંદગીનું પર્સ... અરે, મિત્રો પણ પસંદગીના, લગ્ન પણ પોતાની જ પસંદના કર્યા... સામેનાની પસંદ જખ મારે છે. પણ અંતે મેળવ્યુ શું ? માનસિક સંઘર્ષ ! પગલે પગલે મન બદલાતું ગયું, બદલાતું ગયું કહેવા કરતા બદલવું પડ્યું એમ કહીએ તે યોગ્ય કહેવાય. કેટલો સંઘર્ષ કરવો પડ્યો મનની શાંતિ માટે ! પણ છેવટે તો એમનો આત્મા તો ઊંચો જ કહેવાય દરેક ભૂલથી કંઈને કંઈ શીખ્યા અને ઊંચાઈના સોપાનો સર કરતા ગયા. આજે 55 વર્ષની ઉંમરે પણ કેટલા સુંદર લાગે છે. અમરભાઈ કેવા હશે ? અહીં આવતા તો હશે જ ને ? કે પછી સુજાતાબેન ત્યાં જતા હશે ?" એ જ વિચારોમાં એ ઊંઘી ગઈ.

સવારના પહોરમાં નિખિલનો ફોન આવી ગયો. એણે કહ્યું "સોમવારે સવારે હું તને લેવા આવીશ અને પછી આપણે હોસ્પિટલ જઈશું." ઘરની ડીરેક્શન પૂછી લીધી. મેઘા નિખિલ સાથે જવાના વિચારથી જ થોડી શરમાઈ ગઈ. એણે પથારાં કરેલા તે બધાં થોડાં થોડાં ભેગા કરવા માંડ્યા. એ નાહીને તૈયાર થઈને બહાર નકળી ત્યારે સુજાતાબેન નાના-

નાની સાથે વાતો કરતા બેઠા હતા. મેઘા એમને જોઈને ખુશ થઈ ગઈ,

"તમે ક્યાંથી અહીં આવ્યા છો ?"

"કેમ ના અવાય ? નાના-નાનીને મળવા આવી છું. કાલે મોડું થયું હતું અને આજે અત્યારે બહાર જવું છે.
આવીશને ?"

"હા, કેમ નહીં ! તમારી સાડી બહુ જ સરસ છે."

"લેતી જજે બસ, હવેથી તારી."

મેઘા તો ગભરાઈ ગઈ. "એમ થોડું હોતું હશે ? તમે દરરોજ સુંદર કોટન સાડીઓ પહેરો છો, ડ્રેસ પણ કોટન છતાં પણ અદ્ભુત હોય છે. પણ હું દરરોજ નથી કહેતી. આજે કહી દીધું.

નાની પણ હસી પડ્યા. "સુજાતાબેનના એક એક કપડાં બહુ મોંઘા હોય. એમની વાત ના થાય."

"તમે પણ શું શારદાબેન ! એક જ વસ્તુનો શોખ રહ્યો છે, ઈન્દીરા ગાંધીએ પણ કહ્યું છે શ્રેષ્ઠ દેખાવું એ દરેક નાગરિકની ફરજ છે." બધા હસી પડ્યા.

"જમવાના સમયે તો આવી જશોને ?"

"આજે મારે ત્યાં જમીને એ આવી જશે, કાલે તો પાછી જવાની છે."

બંને જણ માસ્ક પહેરીને બહાર નીકળ્યા. પહેલાં તો સુજાતાબેન ઘેર ગયા, ગાડીની ચાવી લીધી અને ગાડીમાં ગોઠવાયા.

"આપણે ક્યાં જઈએ છીએ ? મેઘાએ પૂછ્યું. મારે ત્યાં આવતા થોડાક

જણને તું ઓળખે છે, થોડા સાથે મારે તારી ઓળખાણ કરાવવી છે. કમ્પ્યુટર અને પેઈન્ટીંગના માર્ગદર્શકો વિશે તું જાણે છે. કોમલને તો તું મળી પણ છે, મારો ત્રીજો વિભાગ છે સિવણ અને ભરત-ગૂંથણનો. સિવણ વિભાગમાં બે બહેનો આવે છે. વારાફરથી પણ આવે, સાથે પણ આવે. એકનું નામ છે સવિતાબેન અને બીજાનું નામ છે રુડીબેન. રુડીબેન રબારી છે પણ કચ્છીકામ બહુ સરસ કરે છે. બટવા, દ્રપટ્ટા અને નવરાત્રીમાં ચણીયા-ચોળી-ઓઢણી એવા સરસ તૈયાર કરે છે ! સવિતાબેન જાતજાતની થેલીઓ, બટવા, નાની બેબીઓના ફ્રોક અને સલવાર-કમીજ સીવે છે. મેં જ્યાંથી મશીન લીધાં એ વેપારીએ કહ્યું હતું, "બેન મશીન વસાવો છો તો જે છોકરીઓ શીખવા આવશે એમના માટે કોઈ શીખવાડે એવા બહેન નક્કી કરી રાખ્યા છે ?"

મેં કહ્યું "ના, તમારા ધ્યાનમાં કોઈ છે?' એમણે કહ્યું "અમારી દુકાનની બાજુની ચાલીમાં એક સવિતાબેન રહે છે, બિચારા બહુ ગરીબ છે. મા-બાપ ઘરડા થઈ ગયા છે, મેટ્રિક સુધી જ ભણેલા છે. એટલે નોકરી કોણ આપે ? આજુબાજુ વાળાના નાનામોટા કપડાં સીવે છે અને મોટા ઘરની સુખી બહેનો જે બટવા અને જાતજાતની થેલીઓના બિઝનેસ કરતી હોય એ આમની પાસે કાચું કામ કરાવે છે. ખાસ પૈસા મળતા નથી, તમારે ત્યાં બે-ત્રણ કલાક આવશે તો થોડી વધારના પૈસા મળશે તો એમને ટેકો રહેશે."

"એમને મારે ત્યાં મોકલજો, એડ્રેસતો તમારી પાસે છે જ. એ મશીન અને બીજી કેટલીય ઝીણી ઝીણી વસ્તુઓ દોરા, કાતર, સોય, બોબીન વગેરેની ડીલવરી કરતા હોય એટલે એમની પાસે મારું એડ્રેસ તો હોય જ." બે-ત્રણ દિવસમાં સવિતાબેન મને મળવા આવ્યા હતા, એમની હાઈટ થોડી વધારે હતી અને મોઢા પર ચાઠા પડેલા હતા. સ્ટાઈલીસ્ટ છોકરીની હાઈટ હોય તો એનો નંબર સુપર મોડલમાં લાગી જાય પણ આ બહેન તો બિચારા સાવ સાધારણ છે, ભલે સાંધેલો સાડલો પહેરે પણ એકદમ ચોખ્ખો હતો, એમની સુઘડતા મને જચી ગઈ.

"લગ્ન નથી કર્યા ?" મેં પૂછ્યું.

"હું દક્ષિણ ગુજરાતના એક નાના ગામડામાંથી આવું છું. અમારી જ્ઞાતિમાં દસ-બાર વર્ષની ઉંમરે લગ્ન થઈ જાય. હું દસ વર્ષની હતી ત્યારે લગ્ન થઈ ગયા હતા. સત્તરમે વર્ષે વળાવવાની ઉંમરે મારી હાઈટ બહુ વધી ગયેલી અને પેલો છોકરો તો ઠીંગણો જ રહી ગયેલો. સાસરિયાઓએ તો વળાવવાની જ ના પાડી. એક તો ગરીબ મા-બાપ દહેજ તો ક્યાંથી આપવાના હતા. પંચ ભેગું થયું અને નક્કી કર્યું લગ્ન થઈ ગયા છે એટલે વળાવવી જ પડે. હું સાસરે ગઈ તો કોઈ મારી સાથે વાત કરે નહીં, કામ તો બધું જ મારા પર નાખી દીધેલું. સાસુને નણંદની ગાળો અને પતિનો ઢોરમાર બધું ય મૂંગા મોઢે સહન કરતી. દાળમાં મીઠું ઓછું છે, શાક બળી ગયુ છે, કંઈનો કંઈ વાંક શોધતા જ હોય. એક દિવસ મારો પતિ એસિડની બાટલી લઈને આવ્યો. મારા સાસુ અને નણંદે મને બે બાજુથી પકડી અને કહે રાંડને બાળી મૂક. મારો પતિ બાટલી ખોલતો હતો ત્યારે મારામાં એટલું ઝનૂન ભરાયું કે સજ્જડ પક્કડતો છૂટી નહીં પણ મેં પગથી જોરથી લાત મારી મારા પતિએ બેલેન્સ ગુમાવી દીધું અને બાટલી ઉછળીને પડી. એકલી મારા જ નહીં પણ સાસુ અને નણંદના મોઢા પર પણ છાંટા પડ્યા અને પતિ તો એના પર જ પડ્યો. કાચ પણ ઘૂસી ગયા હશે અને કદાચ થોડું ઘણું દાઝ્યો પણ હશે. પણ હું તો જીવ બચાવીને ભાગી. મા બિચારી મારી દશા જોઈને ભાંગી પડી. બજારમાંથી રાળ લઈને આવી અને તેલમાં ફીણીને રાળનો મલમ બનાવીને લગાડ્યો, એનાથી મને રાહત થઈ. પંચે મારા સાસરીયાઓને પંચ બહાર મુક્યા. એક ભાઈએ બાને સલાહ આપી, સવિતાને લઈને ગામડું છોડી દો, તો જ સુખ પડશે. હું જ્યાં નોકરી કરું છું એ શેઠે વડોદરા જવું હોય તો કોઈકના ઉપર ચિઠ્ઠી લખી આપવાની કહી છે. અમે ત્રણેય જણ ચિઠ્ઠી લઈને વડોદરા આવી ગયા. ચિઠ્ઠીવાળા શેઠ મોટા બિલ્ડર હતા, એમણે બાપુને તગારા ઉચકવાની નોકરીએ લગાડી દીધા. આ ચાલમાં ભાડે ઘર અપાવ્યું. મારી બા આ બજારની દુકાનો વાળતી અને પાણીના માટલા ભરતી. મને ઘરની બહાર ના નીકળવા દેતી. હું કોઈને નાનું મોટું સીવવાનું કામ હોય એ કરી આપતી. મને મોકલી છે એ ભાઈને ત્યાં એક-બે કલાક મશીન પર બેસીને મને જે કામ મળતું તે કરતી. પાંચ-પચ્ચીસ રૂપિયા મળતા,

ભાઈ બિચારા મારી પાસેથી પૈસા લેતા નહીં. ધીમે ધીમે મા-બાપ વૃદ્ધ થવા માંડ્યા. બાપુને તો મેં ઘેર જ બેસાડી દીધા. બા હજી ત્રણ-ચાર દુકાને વાળવા જાય છે. મને જેમ જેમ વધારે કામ મળવા માંડ્યું એમ એમ મેં થોડા પૈસા ભેગા કરીને હપ્તા પર મશીન ખરીધ્યું છે. જેમ તેમ ગાડું ચાલે છે."

ત્યારથી સવિતાબેન મારે ત્યાં આવે છે.

સવિતાબેનનું ઘર આવી ગયું હતું. થોડે દૂર ગાડી પાર્ક કરીને સુજાતાબેન અને મેઘા ચાલીને સવિતાબેનને ત્યાં ગયા. એમનું ઘર નાનકડું પણ ચોખ્ખું હતું. સવિતાબેન સાથે રુડીબેન પણ ત્યાં હાજર હતા. સુજાતાબેનને બેઉની ઓળખાણ મેઘાને કરાવી. એ લોકો એ ખુરશીઓ ગોઠવી રાખી હતી ત્યાં બેઠા. લોક ડાઉનમાં સવિતાબેને માસ્ક બનાવીને વેચવા માંડ્યા હતા. પંદર રૂપિયામાં મળતો માસ્ક સવિતાબેન દસ રૂપિયા લેતા અને કોઈ દસ-વીસના ગુણાંકમાં ઓર્ડર આપે તો આઠ રૂપિયા લેતા. રુડીબેન માસ્કના ખૂણે એક છટકલું ભરી આપતા. મોટી મોટી થેલીઓ પણ ઘણી બનાવી. ભરેલી-સાદી જે ને જેવી જોઈએ એવી. લોકડાઉનના સમયમાં ધંધો સારો ચાલ્યો, હવે સસ્તા માસ્ક ઠેર ઠેર વેચાવા માંડ્યા પણ લઈ જનારા તો લઈ જાય છે. રુડીબેન સવિતાબેનની જ ચાલમાં રહેતા હતા અને ભરતકામ કરેલી વસ્તુઓ મોટી મોટી દુકાનોમાં જતી હતી. પણ બે જણી જિગરજાન સખીઓ હતી. રુડીબેનનો પંરપરાગત પહેરવેશ, ચાંદીના બલોયા, શરીર પર છૂંદણાં એમની વિશિષ્ટ ઓળખ ઊભી કરતા હતા. સવિતાબેને કહ્યું હશે કે મેં આજે બેનને બોલાવ્યા છે. તો રુડીબેન પણ મળવા આવી ગયા હતા. સવિતાબેન પાસેથી સુજાતાબેને વીસ માસ્ક અને દસ મોટી થેલીઓ ખરીદી. રુડીબેન પાસેથી બે બટવા ખરીદ્યા. સવિતાબેન બિચારા પૈસા લેતા ખચકાતા હતા, સુજાતાબેને કહ્યું, "હોતું હશે મારે તો તમને વધારે આપવા જોઈએ."

સવિતાબેને ચા પીવાનો ખૂબ આગ્રહ કર્યો. ચા પીને એમની વસ્તુઓ લઈને એમણે રજા લીધી. ગાડીમાં બેસતા એમણે મેઘાને કહ્યું "હજુ આપણે એક જગ્યાએ જવાનું છે."

શીતલ એમને ત્યાં પેઈન્ટીંગ માટે આવતી હતી. પણ એની બહેન શિવાની પહેલેથી જ નાસ્તા અને રસોઈ સરસ બનાવતી હતી. શીતલ ઘણીવાર બધા માટે લઈ આવતી. "લોકડાઉનમાં રેસ્ટોરન્ટસ અને ખાણીપીણીના ધંધા ઠપ્પ થઈ ગયા. પણ ઘેરથી બનાવાતા લોકોની બોલબાલા થઈ ગઈ. બધા એમ જ વિચારે કે બહારનું મંગાવવું એના કરતા કોઈ ઘેર બનાવતું હોય એવું મંગાવવું સારું. વળી પાછી બઊવ નજીક આવતી હતી. એટલે શિવાનીએ જાત જાતની ચોકલેટો અને થોડા નાસ્તા બનાવ્યા હતા. વડોદરાનો પ્રખ્યાત બટાકાનો લીલો ચેવડો એ સરસ બનાવે છે. મેં ચાખેલો છે. એટલે મેં એને 150 ગ્રામના 20 પેકેટનો ઓર્ડર આપ્યો છે. શીતલે રાખડીઓ બનાવી છે. આ વખતે તો કોઈના ઘેર જવાનું નથી એટલે સગાં ભાઈ-બહેનો ફક્ત તહેવાર ઉજવશે એવું લાગે છે."

"બહેન તમે સવિતાબેન પાસેથી 20 માસ્ક લીધા અને અહીંથી 20 ચેવડાના પેકેટો લેશો, 20નો આંકડો કેમ ? કોને આપશો?"

"મારે ત્યાં જે બાળકો આવે છે તે 20 વિદ્યાર્થીઓ છે, માર્ચ મહિનાથી બંધ છે કદાચ આ મહિનાથી ચાલુ કરું તો આપીશ, નહીંતર મોકલી આપીશ."

શીતલને ત્યાંથી એમણે રાખડીઓ ખરીદી, ચેવડાના પેકેટ્સ લીધાં અને થોડી ચોકલેટ્સ પણ લીધી. મેઘાએ પણ ઘર માટે થોડું લીધું અને રિયા માટે ચેવડો અને ચોકલેટ લીધી.

"નિખિલ માટે નથી લેવું કંઈ ?" સુજાતાબેને પૂછ્યું.

મેઘા શરમાઈ ગઈ, "ના, હજુ વાર છે."

સુજાતાબેન હસી પડ્યા. "હજી એક ભાઈને મળીને પછી જઈએ."

રસ્તામાં જ એક સોસાયટી આવી. એમાં ત્રીજે બંગલે જઈને સુજાતાબેને હોર્ન માર્યું. 60 વર્ષની આસપાસના ભાઈ બહાર આવ્યા. "પુરુષોત્તમભાઈ હશે !" મેઘાએ અનુમાન કર્યું.

સુજાતાબેને કહ્યું, "તમે તો બાળકોને મળો છો. એમને આ રાખડીઓ અને ચોકલેટો વહેંચી દેજો. હવે આઠ-દસ દિવસમાં આપણે નિત્યક્રમ ચાલુ કરવાની ઇચ્છા છે. હું તમને ફોન કરીશ. તમે બધાં મજામાં છો ને ?"

"હા, બહેન ! અમે બધાં મજામાં છીએ. હવે ઘરમાં રહીને બધાં કંટાળ્યા છીએ, ધીમે ધીમે બધું ચાલુ થાય તો જીવનમાં ગતિ આવે. અત્યારે બધું સ્થગિત થઈ ગયું છે."

"બધું થોડાં સમયમાં રાબેતા મુજબ થઈ જશે. ચાલો ત્યારે..." કહીને સુજાતાબેને ગાડી ઘર તરફ દોડાવી. ઘેર આવીને પહેલા તો માસ્ક કાઢી બંને જણે સાબુથી હાથ અને મોઢું ધોઈ નાખ્યા. કપડાં પર સેનેટાઈઝર સ્પ્રે છાંટી દીધું. સુજાતાબેને રસોઈ ગરમ કરી અને બાઉલમાં કાઢીને બંને જણ જમવા બેઠા.

મેઘાએ જમતા જમતા પૂછ્યું "બેન તમે અમરભાઈને ક્યારે મળો છો ? મારાથી મળી શકાય ?"

"ના, મેઘા એવી કોઈ પરંપરામાં અમે માનતા નથી, તું અહીં બેઠી છું અને અચાનક જ કોઈ કારણસર એ અહીં આવી જાય તો હું તારી ઓળખાણ ચોક્કસ કરાવું પણ તારી ઓળખાણ કરાવવા એમને ખાસ બોલાવું એ શક્ય નથી. એ પણ મને બોલાવવાનો વિચાર ના કરે, અમારે દરરોજ સવારે-સાંજે ફોન પર વાત થાય છે. એમને તારા વિશે બધી ખબર છે. હમણાંથી એમ કહે છે મેઘા જશે એટલે તને નહીં ગમે." અમારા નિયત સમયથી વધારે મળવાનો લોભ અમે ક્યારેય રાખ્યો નથી. પહેલાં અમે દરરોજ મળતા. પછી દર રવિવારે કમાટીબાગમાં

મળવાનું નક્કી કર્યું, રવિવારે સવારે સાવ શાંતિથી બેસીએ. સાડા આઠ-નવ વાગે છૂટા પડીએ. એ સમયે એટલા ખુશ હોઈએ જાણે આખું બ્રહ્માંડ અમારી મુઠ્ઠીમાં આવી ગયું હોય ! માર્ચ મહિનાથી બધું બંધ છે એટલે કમાટીબાગ તો જવાતું નથી, તો એ અહીં આવી જાય છે. હમણાં તો કોઈને ય કશું કામ હોતું નથી તો કોઈકવાર અઠવાડિયામા બે-ત્રણ દિવસ ય આવી જાય. મળવાનો સમય સવારનો ફીક્સ. એટલે કોઈનું પણ કામ કોઈના લીધે અટકે નહીં."

"તમે ઘણી ઊંચાઈ ઉપર જીવો છો બહેન, મારા રોલ મોડલ બની ગયા છો. તમારી પાસે એમનો ફોટો છે ?"

"ના ભાઈ ના, ફોટાની શી જરૂર છે? મને ફોટાનો જરાય શોખ નથી, એક ફોટો મેં રાખ્યો છે. મારા લગ્નનો. મારી બાલીશતા, મારી જીદ્દ અને મારા અલ્લડ જીવનના લીધે થયેલી ભૂલના અહેસાસની યાદગીરીરૂપે."

જમી લીધા પછી એમણે ઊભા થઈને ડાઈનીંગ રૂમના ખાનામાંથી જ નાની ફ્રેમ કાઢીને મેઘાને બતાવી. મેઘાએ એમનો અને નિલેશનો ફોટો જોઈને એમને પાછો આપી દીધો.

"કેટલા સુંદર લાગો છો, બહેન આ ફોટામાં !"

"કેમ અત્યારે નથી લાગતી ?" એ બંને હસી પડ્યા.

18
પ્રકરણ

નયનાબહેન અને દેવભાઈ રવિવારે સવારે આવી પહોંચ્યા. બધા જ ખુશ હતાં. નાના પણ સાજા થઈ ગયા હતા. દેવભાઈને પૂછ્યું, "રીનાભાભીની તબિયત કેમ છે?" "ઘણું સારું છે. એક વાર એના ફોઈને મળી આવી છે. આઘાતમાંથી બહાર આવી ગઈ છે." બધાએ ખૂબ વાતો કરી. આ કોરોના ક્યાં સુધી ચાલશે? રસી ક્યારે શોધાશે? મહિનાઓ ઉપર મહિનાઓ વીતતા જાય છે. તહેવારો પણ આવશે અને જશે, પણ સમય ક્યારે ફરશે એની તો અટકળો જ માત્ર હતી. હજી ડર ઓછો નથી થયો, પણ ધીમે ધીમે અર્થતંત્ર બેઠું થતું હતું. આ વર્ષ તો આવી જ રીતે પસાર થઈ જશે, એમ બધા માનતાં હતાં. વેક્સિન શોધાય એની કાગડોળે રાહ જોવાતી હતી. વૈજ્ઞાનિકો પણ દિવસ-રાત એક કરી રહ્યાં હતાં. અત્યારે નહોતું કોઈ કોમી છમકલું સંભળાતું કે નહોતી થતી ચોરી. મોટાભાગનું વિશ્વ એકબીજાને સાથ આપવામાં અને કોરોના નામના વાયરસને ભગાડવામાં ભેગું થઈ ગયું હતું. અંગત લક્ષ્યો ભૂલાઈ ગયા હતાં. એક જ લક્ષ્ય હતું, વિશ્વને કોરોના વાયરસમુક્ત બનાવવું.

ઘણી વાતો થઈ, દિવસ ક્યાંય પસાર થઈ ગયો. સાંજે સુજાતાબહેન મળવા આવ્યાં. બધા સાથે જમ્યાં અને મેઘા, નયનાબહેન અને દેવભાઈ અમદાવાદ જવા નીકળ્યા. અમદાવાદથી વડોદરા જતી વખેત મેઘા ઉદાસ હતી. પણ અત્યારે તો એનું હૈયું આનંદના અને

ખુશીઓના હિલોળા લેતું હતું. નિખિલને મળવાની તાલાવેલી હતી. રિયા સાથે કેટલી બધી વાતો કરવાની હતી. આવતી કાલથી તો હોસ્પિટલ જતી થઈ જશે. માંદગી પછી કાળુ ડિબાંગ વાદળ જે એની આસપાસ ઘેરી વળ્યું હતું તે વહેતા સમય સાથે વહી ગયું હતું. મેધા ફરીથી પ્રકાશ અને ચૈતન્યનો અનુભવ કરી રહી હતી. આજે તો અમદાવાદ ક્યાં આવી ગયું ખબર પણ ના પડી. પપ્પાને જોઈને મેધા એમને ભેટી પડી. પપ્પા અને મેધા બંનેની આંખોમાં આંસુ આવી ગયાં. "તારા વગર ઘરમાં ગમતું નહોતું." પપ્પા આમ તો ખૂબ ઓછું બોલે પણ લાગણીશીલ પણ એટલા જ હતા. એમની સૌમ્ય હાજરી આદરણીય હતી. બધા જ એમનું માન રાખે. દેવભાઈ તો એમને પૂછ્યા વગર પાણી પણ ના પીએ. ઘરમાં એક વ્યક્તિની ગેરહાજરીના લીધે બધાના મનમાં અભાવ વર્તાતો હતો. આજે કુટુંબ પાછું હર્યુંભર્યું થઈ ગયું. આમ તો વડોદરાથી જમીને નીકળેલાં પણ પપ્પા અને રીનાભાભીએ પણ વહેલું જમી લીધું હતું. નયનાબહેને કહ્યું, "ચાલો બધા ચા સાથે થોડો નાસ્તો કરીને સૂઈ જઈએ. થોડું ખાવું પડશે."

નાનકડી રીંકી પણ આજે જાગતી હતી. એ બટકબોલી પણ બોલી, "હા બા મારે પણ ખાવું પડશે." બધા હસી પડ્યાં.
રીનાભાભી ચા મૂકવા ગયાં, મેધાએ પ્લેટ્સ અને કપ-રકાબી કાઢીને ટેબલ પર ગોઠવ્યાં. નાથુ પણ ઘેરથી આવી ગયો હતો.
રૂમમાં જઈને મેધાએ રિયાને ફોન કર્યો, રિયા ખુશ થઈ ગઈ. આખરે મેડમની પધરામણી થઈ ખરી.

"હોસ્પિટલના શું સમાચાર છે?"

"બધું યથાવત્ ચાલે છે. એક અઠવાડિયું દર્દીઓ ઓછા હોય તો વળી બીજા અઠવાડિયે વધી જાય. હજી ભય ઘટતો નથી અને હવે લોકો થોડું થોડું કરીને બહાર નીકળતા થયાં છે એટલે સંખ્યા પણ વધતી જાય છે. આપણા વોર્ડમાં બધું યથાવત્ ચાલે છે. ડૉ. અમીષ શ્રીવાસ્તવ હમણાંથી મૂડમાં હોય છે. એમણે છોકરી પસંદ કરી લીધી છે એવી વાતો સંભળાય છે. એમણે હજી કીધું નથી. ગયા અઠવાડિયે એક સ્વામીજી

દાખલ થયેલા. એમની સાથે ડૉ. અમીષને સારી મૈત્રી થઈ ગઈ હતી. એમના સત્સંગ પછી જ એ ખુશ રહેવા માંડ્યા છે, એવું મને લાગે છે. મને પણ બે દિવસ પહેલાં એમની કેબિનમાં બોલાવેલી અને સાહિલ વિશે પૂછેલું. મેં કહ્યું હતું કે 'હમણાં તો કૉપૉરેશનની ટીમમાં વ્યસ્ત છે.' ત્યારે ખુશ થયેલા અને કહેલું, 'જ્યારે કંઈ કામ પડે તો સીધી મને વાત કરજે.'" રિયાએ લાંબો અહેવાલ આપી દીધો.

"સાચી વાત છે રિયા. ડૉ. અમીષે છોકરી પસંદ કરી લીધી છે. આજે કે કાલે જાહેર કરશે એવું લાગે છે, કાલે મને નિખિલ લેવા આવવાનો છે."

"વાહ તો કાલે મળીએ છીએ." કહીને રિયાએ ફોન મૂકી દીધો. નિખિલને વાત કરીને બીજા દિવસે ડૉ. અમીષે સુહાનીને ફોન કર્યો હતો.

"મારા ફોનની રાહ જોતી હતી?" ડૉ. અમીષે પૂછ્યું.

"હા જોતી તો હતી, મારું મન કહેતું હતું કે તમારો ફોન આવશે. પણ બે દિવસ થઈ ગયાં એટલે થયું કે તમારી ઇચ્છા નહીં હોય."

"બે દિવસ હું કામમાં હતો." ગઈકાલે જ મમ્મીએ પૂછ્યું, "તારી શું ઇચ્છ છે? મને નેહામાસીને ફોન કરવાની ખબર પડે."

મેં કહ્યું હતું કે "પહેલા હું સુહાનીને ફોન કરીશ પછી તું નેહામાસીને ફોન કરજે."

"તારી પૂરેપૂરી ઇચ્છા છે ને? મારી જીવનસાથી બનવાનું પસંદ કરીશ?"

"હા ડૉ. અમીષ. તમે મને મળ્યા ત્યારથી જ મારી પૂરેપૂરી ઇચ્છ છે. આપણે બે સાથે મળીને જીવનને માણશું. જો કઠીન સંજોગો આવે તો સાથે મળીને સામનો કરીશું. હું મમ્મીને નેહામાસીને ફોન કરવાનું કહી દઉં?"

"અત્યારે જ ફોન કરીને કહી દો. સાંજે ઘરે પહોંચશો ત્યાં સુધીમાં તો પાછા ભૂલી જશો."

"મેડમનો ઓર્ડર માથા ઉપર. હું અત્યારે જ ફોન કરી દઉં છું."
ડૉ. અમીષે મમ્મીને ફોન કરી દીધો. મમ્મીએ હરખના વધામણાં નેહામાસીને આપી દીધાં.

નેહામાસી તો ખુશ થઈ ગયાં, "તારો છોકરો તો ભારે ધીમો ભાઈ, ધીમી ગતિના સમાચાર જેવો. મારા જેઠાણીના બે ફોન આવી ગયા છે. એમની અધીરાઈને હવે હું શુભ સમાચાર આપીને પૂરી કરું."

"હા... હા... કરી દે ફોન નેહા. છોકરીની માને તો અધીરાઈ હોય જ ને!" અમીષના મમ્મીને મોટી હાશ થઈ.

સાંજે નેહામાસીનો ફોન આવ્યો હતો. એમણે સુહાનીના મમ્મી-પપ્પાનો મોબાઈલ નંબર જ આપી દીધો અને કહ્યું, "કાલે સવારે સુહાનીના મમ્મીનો ફોન આવશે. અહીં મારું કામ પૂરું થયું. હવે તમે લોકો જ જે નક્કી કરવાનું હોય તે કરજો." બીજા દિવસે સવારે સુહાનીના પપ્પાનો ડૉ. અમીષના પપ્પા પર ફોન આવ્યો. કૉન્ફરન્સ કૉલ કરીને ચારે જણે સાથે વાત કરી. બધા ખુશ હતાં. અમીષના મમ્મીએ એમના પતિને સુહાનીના પહેલાં વિવાહ વિશે જે નેહાએ એમને કહેલું તે બધું જ કહી દીધું હતું. આખી વાત સાંભળીને એમણે કહ્યું હતું,

"જો અમીષને વાંધો ના હોય તો આપણને તો કોઈ જ વાંધો હોવો ના જોઈએ. છોકરાંઓ ખુશ એટલે આપણે ખુશ!"
સુહાનીના મમ્મીનું કહેવું હતું કે એમનાં કુટુંબમાં બે દિવસ પહેલાં એક મૃત્યુ થયું છે, એટલે બીજા દસ દિવસ શુભ કાર્ય થઈ શકે નહીં. એટલે આપણે દસ દિવસ પછી સારો દિવસ જોઈને ગોળધાણા ખાઈ લઈએ પછી જાહેર કરીશું. આમ પણ અત્યારે કોઈ પ્રસંગ તો કરવાનો નથી. એક વાર માઠો પ્રસંગ બની ગયો છે એટલે થોડી બીક લાગે છે. પણ

છોકરો છોકરી ભલે મળતાં, સુહાનીને તમારા ઘેર બોલાવશો તો પણ વાંધો નથી. અમે પણ એક વાર અમીષને મળવા બોલાવીશું. તમે શું કહો છો?”

અમીષનાં પૅરન્ટ્સને વાત યોગ્ય લાગી. એમણે કહ્યું,
“તમે જે કહો છો તે બરાબર છે.” સવારના સાડા આઠ થયા હતાં. અમીષ અને નિખિલ ઘરમાં જ હતા. શુભ સમાચાર છોકરાંઓને પણ આપી દીધા. મમ્મીએ કહ્યું, હું તરત કંસાર રાંધી નાખું છું. બધાએ ગળ્યું મોઢું કરીને જ બહાર જવાનું છે.”
નિખિલ ખુશ થઈ ગયો. “કૉન્ગ્રેચ્યુલેશન્સ ભાઈ.” બંને ભાઈઓ ભેટી પડ્યા.

“તારા શુભ સમાચાર જાહેર કરવાનો દિવસ દૂર નથી.”અમીષે મશ્કરી કરી.

“હજી તમારા શુભ સમાચાર તો મને માણવા દો. મેધા હજી અમદાવાદ તો આવે.”

આજે મેધા અમદાવાદ આવી ગઈ હતી. સવારે તે વહેલી તૈયાર થઈ ગઈ. દેવભાઈએ કહ્યું, “તારું ઍક્ટિવા સર્વીસ કરાવી દીધું છે.”

“આજે મને રિયા લેવા આવવાની છે, હું એની સાથે જાઉ છું.” મીઠી મૂંઝવણ સાથે આજે પહેલી વાર જૂઠું બોલતી હતી. માસ્ક અને ગાઉન પહેરીને લિફ્ટમાં નીચે ઊતરતી હતી ત્યારે એના ધબકારા વધી ગયાં. કોઈ જોઈ તો નહીં જાય ને? ઝડપથી કંપાઉન્ડના ઝાંપામાંથી બહાર નીકળી ગઈ. ઊભી ઊભી દૂર સુધી નજર દોડાવતી હતી. ત્યાં એકદમ નજીક લાલ બ્રીઓ ગાડી આવીને ઊભી રહી. મેધા ચમકી ગઈ. કાચ ઉતારીને ગોગલ્સ નીચા કર્યા અને નિખિલે ટિખળ કરી, “પધારો મેડમ. મેધા ઝડપથી બાજૂના બારણા તરફ જઈને અંદર બેસી ગઈ.”

“હું તો બાઇક જોતી હતી તું હૉસ્પિટલમાંથી ઘર ગયા પછી એક-બે વાર

મને ગેલરીમાં ઊભેલી જોવા આવ્યો હતો, ત્યારે બાઇક પર હતો.”

“બાઇક તો ઑફિસ જવા માટે છે. મેડમ માટે તો ગાડી. બોલ શું ખબર છે? આખરે તું અમદાવાદ આવી ગઈ ખરી.”

“આવવું જ પડે ને, ઝૂરાપો કેટલા દિવસ સહન થાય?”
“તારું ભલુ પૂછવું પેલાં સુજાતાબહેન સાથે સંન્યાસ લઈ લે.”

“એ સંન્યાસી નથી નિખિલ. સમાજ સેવિકા છે જાજરમાન વ્યક્તિત્વ ધરાવે છે.”

પ્રેમી પંખીડાઓની પ્રેમગોષ્ટિ ચાલતી રહી અને હૉસ્પિટલ આવી ગઈ. નિખિલ કહે, “હું ઉપર આવું?”

મેઘાનું મોઢું શરમથી લાલ થઈ ગયું પણ એણે કહ્યું, “હા, તુ ઉપર આવે તો સારું.”

નીચે હાજરી પૂરીને બંને જણા મેઘાના વૉર્ડમાં ગયાં. મેઘાને જોઈને વૉર્ડનો સ્ટાફ ખુશ થઈ ગયો. બધાએ ‘વેલકમ’ કહી મેઘાને તાળીઓથી વધાવી લીધી. તાળીઓનો અવાજ સાંભળી ડૉ. અમીષ પણ બહાર આવ્યા. મેઘાને જોઈને બોલ્યા, “ઓહ! મેડમનું વેલકમ થાય છે.”

“કેમ છો સર?”
“સર નહીં, મોટાભાઈ.”

નિખિલ મશ્કરીના સૂરમાં બોલ્યો. “મેઘા અહીંયાં તું સંપૂર્ણ સલામત છું, તારે બોડીગાર્ડની જરૂર નથી.”

“ચાલો હવે બધા કામે લાગી જાઓ.” નિખિલ સામે આંખ મિચકારીને ડૉ. અમીષ પોતાની કેબીનમાં ચાલી ગયા.

નિખિલ સાંજે લેવા આવવાનું કહીને ગયો. મેઘાએ ત્યાં દાખલ થયેલાં દર્દીઓની ફાઈલો તપાસી. એમનાં વજન, હાર્ટ ઍટેક પહેલાની તકલીફો અને હાલના કાર્ડિયોગ્રામના રીપોર્ટ્સ જોઈ અને નોંધ કરી અને વૉર્ડમાં રાઉન્ડ લઈ આવી. પછી આઇસોલેશન વૉર્ડની માહિતી લીધી. પહેલાં જેટલો ધસારો નહોતો. છતાં પણ ખાસ્સા પેશન્ટ્સ હતાં. કામ તો હજી રહેતું જ હશે, રિસેસ પછી ત્યાં પણ રાઉન્ડ લઈ આવવાનું એણે વિચાર્યું.

રિસેસમાં એ અને રિયા મળ્યાં. એણે રિયાને પૂછ્યું, "શું નવાજૂની છે રિયા! સાહિલ કેમ છે?"

"નવાજૂનીમાં તો તને આપવાની છે, એક સરપ્રાઇઝ." રિયા બોલી. "સરપ્રાઇઝ?"

"હા. હું અને સાહિલ અધિક મહિનો પતે એટલે નવરાત્રિના તહેવારોમાં સારો દિવસ જોઈને સાદાઈથી લગ્ન કરી લેવાના છીએ."

"આ તો ખરેખર સરપ્રાઇઝ કહેવાય. બે મહિના પછી તમે પરણી જશો? એવું શું કારણ છે?"

"બે નહીં અઢી-ત્રણ મહિના જેવું કહેવાય. હજી દિવસ નથી જોવડાવ્યો. સાહિલ બહુ જ વ્યસ્ત રહે છે. અઠવાડિયામાં માંડ એક વાર મળાય છે. એને છેક રાત્રે ફોન કરવાનો સમય મળે ત્યારે એ થાકી ગયો હોય છે. આ કોરોનાનો કપરો સમય ક્યારે પતશે એ હજી નિશ્ચિત નથી. એણે જ એના મમ્મી-પપ્પાને વાત કરી કે પોતે લગ્ન કરી લે એવું ઇચ્છે છે. અમારા વડીલોએ સાથે મળીને આ વાત વધાવી લીધી. એક તો ખોટા ખર્ચા નહીં અને સાહિલને એક વાતની શાંતિ રહે કે અમે બે સાથે તો છીએ."

"વાહ! તું તો છૂપી રુસ્તમ નીકળી. મને ફોનમાં કેમ ના કીધું?"

"આ વાત મારે તને રૂબરૂમાં જ કરવી હતી. વળી નક્કી કર્યું ત્યારે થોડા દિવસમાં તું આવવાની જ હતી."

"એની વે, કૉંગ્રેચ્યુલેશન્સ! સાહિલને ફોન જોડ. મારે એની સાથે પણ વાત કરવી છે."

"એ અત્યારે નહીં ઉપાડે, પણ હું તારી સાથે ચોક્કસ વાત કરાવીશ."

મેઘા બપોર પછી આઇસોલેશન વૉર્ડમાં પણ જઈ આવી. ત્યાં સ્ટાફ ઓછો હતો. એણે બીજા દિવસે બપોર પછી આવવાનું કહી દીધું. સાંજે નિખિલ નીચે આવીને ફોન કર્યો મેઘા રાહ જ જોતી હતી. પર્સ લઈને એણે લિફ્ટનું બટન દબાવ્યું. હૉસ્પિટલમાં તો લિફ્ટ દરેક માળ ઉપર ઊભી રહેતી રહેતી આવે. મેઘાની ધીરજ ખૂટી ગઈ. એ ઝડપથી દાદર ઊતરવા માંડી. નિખિલ સાથે ગાડીમાં બેઠી ત્યારે એને થોડી હાંફ ચડી ગઈ હતી. નિખિલે પૂછ્યું, "કેમ આટલી બધી હાંફ ચડી ગઈ છે?"

તેં મને ગાંડી કરી નાખી છે. લિફ્ટ ઉપર આવે એટલી રાહ મારાથી ના જોવાઈ એટલે ઝડપથી દાદરા ઊતરીને તારી પાસે આવી. જાણે તું જતો રહેવાનો હોય."

નિખિલે વહાલથી પોતાની પાસે ખેંચી લીધી, "મને કેટલુ સારું લાગ્યુ કે ચાલો મારો વિચાર કરવાવાળું છે કોઈ."

"ચાલ હવે, ગાડી ચલાવ, મોડું થઈ ગયું છે."

બીજા દિવસે એ હૉસ્પિટલ આવી અને વૉર્ડમાં પ્રવેશ કર્યો ત્યારે ત્રણ સ્વામીજીઓ વેઇટિંગ રૂમમાં બેઠા હતા. ડૉ. અમીષ આજે મોડા હતા. મેઘાએ અછડતી નજર કરી અને પોતાના કામે વળગી. ત્યાં તો ડૉ. અમીષ ઝડપથી આવતા દેખાયા,
"સૉરી સૉરી સ્વામીજી, પણ તમે કેમ બહાર બેઠા છો."વૉર્ડબૉયને

ધમકાવ્યો અને કહ્યું, "એમને હંમેશાં મારા રૂમમાં જ બેસાડવાના." ડૉ. અમીષે એ લોકોને લઈને અંદર ગયા.

થોડી વાર પછી મેઘાને વૉર્ડબોયે આવીને કહ્યું, "તમને ડૉક્ટર સાહેબ અંદર બોલાવે છે."

મેઘા તરત ડોક્ટરની કેબિનમાં ગઈ. જે પાટ ઉપર બેઠા હતા તેમની ઓળખાણ કરાવતા ડોક્ટર બોલ્યા, "મેઘા, આ સ્વામી નિત્યાનંદજી છે. ગયા અઠવાડિયે હોસ્પિટલમાં દાખલ થયેલા. આજે રૂટિન ચેક-અપ માટે આવ્યા છે, આજે પ્રેશર કાર્ડિયોગ્રામ નૉર્મલ છે. એમની ફાઈલ જોઈને ડાયેટ પ્લાન અને વર્ક આઉટ પ્લાન લખી આપવાનો છે." મેઘા ક્ષણ માટે સ્વામીજી સામે જોઈ રહી. એને ચહેરો પરિચિત લાગ્યો. જો કે ચહેરા પર અલૌકિક તેજ હતુ, મેઘાએ ફાઈલ હાથમાં લીધી અને ડોક્ટરને કહ્યું, "હું રીપોર્ટ્સ જોઈ લઉં અને પછી પેપર્સ તૈયાર કરીને મારી કેબિનમાં બોલાવું છું."

"હા... હા... ટેઈક યોર ટાઇમ."

મેઘાએ કેબિનમાં જઈને રીપોર્ટ્સ જોયાં, માઈલ્ડ ઍટેક હતો. બ્લડ રીપોર્ટ્સ સારા હતા. ફક્ત બ્લડ પ્રેશર વધારે હતું. ચાર્ટ તૈયાર કરીને એણે ઇન્ટરકોમથી ડોક્ટરને ફોન કર્યો, "ચાર્ટ તૈયાર થઈ ગયો છે, લઈને આવી જાઉં કે સ્વામીજી અહીં આવશે?"
"સ્વામીજી આવે છે તારી કેબિનમાં."

કહીને ફોન મૂક્યો. સ્વામીજી આવ્યા અને એની સામેની ખુરશીમાં બેઠા. બે હાથ જોડી નમસ્તે કર્યું, મેઘાએ પણ નમસ્તે કહીને એમને મીઠું અને તળેલું ઓછું ખાવાની સલાહ આપી અને હળવું ભોજન અને હળવી કસરતનો પ્લાન સમજાવી દીધો. સ્વામીજી ચાર્ટ હાથમાં લઈને ઊભા થયા જતા હતા ત્યારે મેઘાએ પૂછી લીધું, "સ્વામીજી આપનું સંસારી નામ નિલેશ છે?"

સ્વામીજીના મોઢા પર કોઈ ભાવ બદલાયા નહીં, ક્ષણ પછી એમણે જવાબ આપ્યો, "હા, મારું નામ નિલેશ હતું. તમે સુજાતાને ઓળખો છો?"

મેઘા એમના ચહેરાના તેજ અને અલિપ્ત ભાવોથી પ્રભાવિત થઈ ગઈ. "હા, સ્વામીજી હમણાં જ ઓળખાણ થઈ છે પણ આત્મીયજન થઈ ગયાં છે."

"એ તો ખબર પડી જાય છે. આત્મીયતા વગર તમે મને ઓળખી ના શક્યા હોત, ક્યાં છે સુજાતા?"

"સ્વામીજી એ વડોદરા રહે છે અને સમાજસેવાના કામો સાથે સંકળાયેલાં છે. એમના ઉચ્ચ વિચારો અને દૃઢ આત્મવિશ્વાસે એમને એક ઊંચાઈ પર મૂકી દીધાં છે."

"વર્ષો પછી સુજાતા વિશેના ખબર મળ્યા એટલે મારું મન શાંતિ અનુભવી રહ્યું છે."

બે હાથ જોડીને એમણે વિદાય લીધી એમને આગળ કશું પણ પૂછવાનું હિંમત એ ના કરી શકી.

રાત્રે મેઘાએ સુજાતાબહેનને ફોન કર્યો. સુજાતાબહેનને થોડી નવાઈ લાગી, "મેઘા તારો ફોન આવશે એવું તો મને હતું પણ આટલો જલ્દી આવશે એવો ખ્યાલ નહોતો. બધું ત્યાં બરાબર છે ને? નિખિલને મળી?"

"હા બહેન, બધું બરાબર છે. પણ આજે મને નિલેશભાઈ મળ્યા હતા. એ સ્વામીજી બની ગયા છે. એમનો શિષ્યગણ બહુ મોટો છે. ખૂબ જ્ઞાની અને પ્રભાવશાળી છે. એવી વાતો મને સ્ટાફના માણસોએ કરી. એ ગયા અઠવાડિયે હોસ્પિટલમાં દાખલ થયેલા અને આજે રૂટિન ચેક-અપ માટે આવેલા. મારે એમનો રૂટિન પ્લાન બનાવવાનો હતો. મેં એમને

સમજાવવા માંડ્યો અને તરત મને ખ્યાલ આવ્યો એટલે પૂછી લીધું, "તમે નિલેશ છો?" ચહેરા પરના કોઈ પણ ભાવ બદલાયા નહીં અને મને શાંતિથી પૂછ્યું, 'સુજાતાને ઓળખો છો?' હું તો એમની અલિપ્તતા અને નિખાલસતાથી પ્રભાવિત થઈ ગઈ.

"આટલી જ વાત થઈ?"સુજાતાબેને પૂછ્યું.
"હા" મેં પૂછ્યું એનો જવાબ આપીને મને નમસ્તે કહીને નીકળી ગયા.

"એ યુવાનીમાં પણ સાધુજીવન જ જીવતો હતો. મારાથી છૂટા પડીને એને એનો નિશ્ચિત માર્ગ મળી ગયો લાગે છે. સારું થયું તેં મને કીધું. એ સાંભળીને મને ખરેખર અપાર શાંતિ મળી છે."

"તમારે એમને મળવું નથી?"

"ત્યાં કોઈક કારણસર આવીશ અને એ અમદાવાદમાં જ હશે તો મળીશ, ખાસ મળવા આવવાનું કોઈ કારણ નથી."

થોડી વાતો કરીને, "ઓ.કે." કહીને મેધાએ ફોન મૂકી દીધો. બાર દિવસ પસાર થઈ ગયાં, ડૉ. અમીષ અને ડૉ. સુહાનીના વિવાહનાં ગોળધાણા ખવાઈ ગયાં. બહાર જાહેર પણ કરી દીધું. મેધા તો એમાં ભાગ ના લઈ શકી, કારણ કે નિખિલે ઘરમાં હજી વાત કરી નહોતી. પણ હોસ્પિટલમાં વૉર્ડનો સ્ટાફ ખૂબ ખુશ હતો. બધાએ પાર્ટીની જોરદાર માંગણી કરી. હવે રેસ્ટોરાંઝ ચાલુ થઈ ગઈ હતી. બળેવનો તહેવાર પણ આવીને જતો રહ્યો હતો. જન્માષ્ટમી નજીક આવતી હતી એટલે રસ્તાઓ ઉપર ખૂબ ચેકિંગ હતું. તહેવારોની ઉજવણીનો માહોલ નહોતો. બધા મૉલ ખાલી હતાં, ખરીદીમાં ખાસ ઉત્સાહ દેખાતો નહોતો. ડૉ. અમીષે સિંધુભવન રોડ પર આવેલી એક રેસ્ટોરાંમાં કોરોનાના સોશિયલ ડિસ્ટન્સ જળવાય એટલી જગ્યામાં ફક્ત સ્ટાફને જ બોલાવ્યો હતો. નિખિલ તો માને શેનો? નિખિલ કહે મને ના પાડશો તો હું વેઇટર થઈને પણ પાર્ટીમાં તો આવીશ અને આવીશ. ડૉક્ટરે એને અને રિયાને એના ફિયાન્સ સાહિલને પણ લઈને આવવાનું કહ્યું હતું. પાર્ટી સુંદર રીતે

ઍરેન્જ કરવામાં આવી હતી. બહાર લૉનમાં ફૂલોના પ્લાન્ટ્સ હોય, ઝાંખી રોશની હોય અને મંદ મંદ સંગીત લહેરાતું હોય એની રોનક જ જુદી છે. પ્રકૃતિ અને આત્માનો અલૌકિક સંબંધ છે. આવા રમણીય વાતાવરણમાં કોઈ ખુશ ના રહી શકે તો જ નવાઈ. ડૉ. સુહાનીની ઓળખાણ ડૉ. અમીષે સ્ટાફના બધા સભ્યો સાથે કરાવી. સુંદર અને મળતાવડી ડૉ. સુહાની બધાને બહુ ગમી ગઈ. બધાએ સાહેબને કહ્યું, "સાહેબ તમે બહુ નસીબદાર છો, આટલી સુંદર પત્ની મળી."

સુહાનીએ હસતાં હસતાં જવાબ આપેલો, "સાહેબ નહીં પણ હું નસીબદાર છું. તમારા સાહેબ જેવા સજ્જન માણસ મને પતિ તરીકે મળ્યા." ચારેબાજુ ખુશીની છોળો ઉછળતી હતી, રંગેચંગે પાર્ટી પતી ગઈ.

દિવસો પસાર થતાં રહ્યાં, ભાદરવો મહિનો પણ આવી ગયો. દિવાળીના લીધે ત્રણ દરવાજા બહાર સાધારણ માણસોની ભીડ હૈયે હૈયું દળાય એવી થઈ ગઈ. વાતાવરણમાંથી કોરોના તો ગયો નહોતો. કોરોનાના કેસ હવે ભદ્ર સમાજમાં પણ એવી રીતે સંભળાવા માંડ્યાં કે કોઈકનો નોકર, કોઈકનો મા'રાજ કોઈકનો માળી ત્યાં ગયાં હતાં. કોઈ બહાર ગયું હોય કે એમને ત્યાં કોઈ બહારનું આવ્યું હોય, તરત વાયરસનો ચેપ લાગી જતો હતો. નાના મોટા તમામ એની ઝપટમાં આવી જતાં હતાં. નજીવો ફરક એવો પડ્યો હતો કે મૃત્યુ પામનાર વ્યક્તિઓની સંખ્યા ઘટી હતી અને સાજા થવાની સંખ્યા વધી હતી. કોરોના થતો હતો ખરો પણ જોર ઓછું પડતું જતું હતું.

એક દિવસ મેઘાના ઘરમાં છોકરાની વાત આવી. કુટુંબ સુખી હતું. છોકરો ભણેલો હતો. બધી રીતે યોગ્ય સંબંધ બંધાય એવું હતું. મમ્મી મેઘાને છોકરાને મળી લેવાનો આગ્રહ કરતાં હતાં. મેઘા ગુંચવાતી હતી. એણે નિખિલને એના ઘરમાં વાત કરવાનું કહ્યું. નિખિલ વાત કરે પછી મેઘા એની મમ્મીને કંઈ કહી શકે ને? નિખિલે મોટાભાઈનો સહારો લીધો. અમીષને કહ્યું, "તમે મારી વાત કરી આપોને પ્લીઝ." ડૉ. અમીષે પહેલાં બે દિવસ તો, "જેને વિવાહ કરવા હોય એ વાત કરે."

એમ કહીને ટટળાવ્યો. ત્રીજે દિવસે સવારે ચા-નાસ્તો કરતાં હતાં ત્યારે મમ્મીએ ડૉ. અમીષને કહ્યું, "સુહાનીને કહેજે કોઈ છોકરી ધ્યાનમાં હોય તો નિખિલ માટે શોધે. નિખિલનું પણ કરી નાખીએ એટલે બે લગ્ન સાથે લઈ શકાય." ડૉ. અમીષ તક જ શોધતા હતા. એમણે કહ્યું, "નિખિલ તો 'છૂપો રુસ્તમ' છે, એણે તો ક્યારનીય છોકરી શોધી લીધી છે. તમે રજા આપો એટલે ઝટ મંગની પટ શાદી થઈ જાય." "તો અમને કેમ હજુ કીધું નથી?" મમ્મી-પપ્પા સાથે જ બોલી ઊઠ્યાં.

"ભાઈને કેટલાય દિવસથી ભલામણ કરું છું, પણ ભાઈ તો એમનું જ ગોઠવવામાં પડ્યા છે." નિખિલે રડમસ થઈને કહ્યું.

અમીષ હવે અકળાયા, "તમારો નાનો છોકરો ઓવર સ્માર્ટગીરી કરે છે. પ્રેમ પોતે કરીને બેસી ગયો છે અને તમને વાત કરવાની મારા માથે ઢોળે છે. મને પણ તક મળે ત્યારે તમને કહું ને."

"સારું સારું હવે બંને જણા માંડીને વાત કરશો તો કાંઈ ખબર પડે." મેધા વિશેની તમામ માહિતી બંને ભાઈઓએ મળીને મમ્મી-પપ્પાને આપી દીધી.

"તો રાહ કોની જોવાની છે? કરો કંકુના." નિખિલે મેધાને કહ્યું એટલે મેધાના ઘેર મેધાએ વાત કરી. બંને કુટુંબો સરળ હતાં. પોતાનાં સંતાનોનાં લગ્ન વિશે કુટુંબ સંસ્કારી હોય અને પોતાના સંતાનોને ગમે એટલું જ એમને જોઈતું હતું. કુટુંબનો મોભો કે સુંદરતાનું ગાંડપણ નહોતું. જો કે છોકરીઓ તો બંને સુંદર હતી. બધા સારી રીતે જીવી શકે એટલા સુખી અને સરળ માણસો હતાં. ચારમાંથી કોઈ પણ અતિ શ્રીમંત કે શ્રીમતોના જ વર્તુળમાં ફરનારા નહોતાં. એટલે કોઈએ પણ વાંધો લીધો નહીં. બધા ખુશ થઈ ગયાં. અધિક મહિનો પતે એટલે ગોળધાણા ખાવાનું નક્કી કર્યું. આમ ચારે બાજુ ખુશીનો માહોલ છવાઈ ગયો.

19
ઉપસંહાર

નવલકથાના પાત્રોના જીવનમાં સુખદ વળાંક આવી ગયો છે, પણ દેશમાં અને વિશ્વમાં ધબકતા જીવનનો સુખદ વળાંક આવવાનો બાકી છે. હજી કોરોના સાથે સંઘર્ષ ચાલુ છે. શ્રાવણ મહિનાના તહેવારોનો સરકારના કડક નિયમોને લીઘે વર્ચ્યુઅલી અને પર્સનલી ઉજવાઈ ગયા. પણ દિવાળી આવતા લોકોનો ઉત્સાહ ગણો કે અકળામણ લોકો વગર વિચારે બહાર નીકળવા માંડ્યા. નિયમોને અનુસર્યા વગર ત્રણ દરવાજા અને ખરીદીના બજારોમાં હૈયેહૈયું દળાય એવી ભીડ જામી ગઈ. વ્યાપક બેફિકરાઈને લીઘે કોરોનાનું જોર પાછું વધ્યું, ધીમે ધીમે સગાં-સંબંધીમાં પણ સંભળાવા માંડ્યું. જાણે દરેક સોસાયટી અને કુટુંબોમાં થોડાઘણા તો કોરોનાની ઝપેટમાં આવી જ ગયા. સરકાર સફાળી મેદાનમાં આવી. પાછો કરફ્યુનો અમલ શરૂ થઈ ગયો. દિવાળી આનંદમાં વીતાવી ના વીતાવી અને પાછો વાયરસ ફેલાઈ ગયો. એમાં થયું એવું વડીલો તો બિચારા હજી સુધી બહાર નીકળ્યા નથી પણ એમના ઘરના સભ્યો બહાર નીકળ્યા હોય અને એમનો વાયરસ વડીલોને લાગી ગયો. માની ના શકાય એટલા લોકો ઘરડા હોય કે જુવાન આ દુનિયા છોડીને ચાલી ગયા.

વર્ષ-2020 આખું વિષાદમાં ગયું, 2021 નવો ઉમંગ અને નવું પ્રભાત લઈને આવ્યું છે. એકમેક જોડે હળવુ-મળવું એ પણ માણસની પ્રાથમિક

જરૂરિયાત છે. વિદ્યાર્થીઓ શાળાએ નથી જઈ શકતા તો એકલા પડી ગયા છે. વડીલો કોઈને મળી શકતા નથી. સત્સંગમાં જઈ શકતા નથી એનો એમને ભારે રંજ છે. કોરોનાની કાળમુખી અસર એ છે કે માણસને માણસથી વિખૂટો પાડી દીધો છે. હૃદયનો એક ખૂણો પોતીકા માણસના સહવાસ વગર ઝૂરે છે. જેવી રીતે હવા આપણને દેખાતી નથી પણ પંખો ચલાવીએ એટલે હવાનો અનુભવ થાય છે. આ વર્ષી જૂનું દ્રષ્ટાંત આમ તો ભગવાન માટે વપરાય છે પણ અત્યારે આપણે વાયરસ માટે વાપરી શકીએ કે, કોરોના વાયરસ આપણને દેખાતો નથી પણ એનો ફફડાટ આપણને ફફડાવી મૂકે છે.

નવા વર્ષમાં સમગ્ર વિશ્વ માટે પ્રાર્થના કે આખું વિશ્વ પહેલાં જેવું ભયમુક્ત થઈ જાય અને નવા વિશ્વમાં ન્યુ નોર્મલ જીવનને આપણે કોરોના વાયરસે શીખવાડેલા ઘણાં બધાં નવાં બોધ (ઉપદેશ) સાથે જીવનને આનંદથી હળીમળીને માણતા થઈ જઈએ.

સ્મિતા શાહ

લેખિકાના પ્રકાશિત પુસ્તકો :

૧. સંવેદના અને સ્મિત ૨૦૦૯

૨. મનોપચાર ૨૦૧૨, લૂઈ હેનાં અંગ્રેજી પુસ્તક યુ કેન હીલ યોર લાઇફનો સંક્ષિપ્ત ભાવાનુવાદ

૩. યોર માઈન્ડ ઈઝ યોર બેસ્ટ ફ્રેન્ડનો ભાવાનુવાદ ૨૦૧૩.

૪. ઉપમિતિ ભવ પ્રપંચાનો સંક્ષિપ્ત પરિચય ૨૦૧૪ (ધાર્મિક)

૫. પૃથ્વીચંદ્ર ગુણસાગરનો ૨૧ વર્ષનો સ્નેહ સંબંધનો સંક્ષિપ્ત પરિચય ૨૦૧૫ (ધાર્મિક)

૬. પર્યુષણ પર્વ ૨૦૧૫ (ધાર્મિક)

૭. સંસાર કાસાર સંસ્મરણો ૨૦૧૫

૮. ઈશાવાસ્યમ્ પ્રવાસે ૨૦૨૪

૯. પર્યુષણ પઠન ૨૦૨૪

૧૦. પત્રોના પ્રતિભાવ ૨૦૨૪

૧૧. અંગત અનુભૂતિ ૨૦૨૫

૧૨. અનુશીલન (સ્વાધ્યાય લેખો) ૨૦૨૫.